ஸ்ரீ காயத்ரி கோவில் வரலாறு

notionpress.com

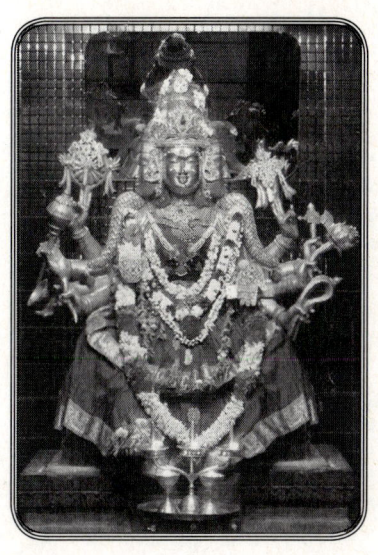

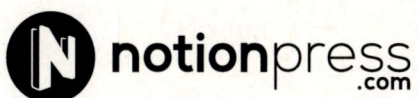

ஸ்ரீ காயத்ரி கோவில் வரலாறு

ஸ்ரீ ஜெயக்குமாரி அம்மா

notionpress.com

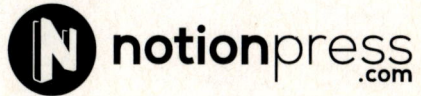

Notion Press

Old No. 38, New No. 6

McNichols Road, Chetpet

Chennai - 600 031

First Published by Notion Press 2015

Copyright © ஸ்ரீ ஜெயக்குமாரி அம்மா 2015

All Rights Reserved.

ISBN: 978-93-5206-329-1

This book has been published in good faith that the work of the author is original. All efforts have been taken to make the material error-free. However, the author and the publisher disclaim the responsibility.

No part of this book may be used, reproduced in any manner whatsoever without written permission from the author, except in the case of brief quotations embodied in critical articles and reviews.

அன்பான அழைப்பு

மனிதர்களான நம்மை கருவியாக்கி தன் காரியத்திற்காக தானே ஸ்ரீசக்கர வடிவில் தாமரை கோவில் அமைத்துக்கொண்ட தேவ பிரதிஷ்டையான ஸ்ரீ பஞ்சமுக காயத்ரி தேவியை பற்றி அனைவரும் தெரிந்து கொள்ள வாருங்கள்.

ஸ்ரீ காயத்ரி தேவிக்கு தன் காரியமா?

ஆம்! தன் மக்களுக்காக தானே குருவாக வந்து தடுத்தாட்கொண்ட தாயவள். தாயை காண வாரீர்.

அவளோடு நான் கொண்ட அனுபவங்கள் எனக்கு மட்டுமல்ல உலகமே அறிந்து கொள்ள வேண்டிய அற்புதங்கள் அவை. உங்கள் வாழ்க்கையிலும் அவளின் அதிசய அனுபவங்கள் வர காத்திருக்கிறது. இந்த வரலாற்றுப் புத்தகத்தின் படங்களில் பரிமளிக்கும் அவளிடம் உங்களுக்குத் தேவையானதை ஆத்மார்த்தமாக கேளுங்கள் அதை கண்டிப்பாக அவள் செவி சாய்ப்பாள். உங்கள் தேவைகள் பூர்த்தியாவதை அனுபவியுங்கள்.

காலம் நேரம் கூடும்போது அவள் உங்களை தன்னிடம் அழைப்பாள் அப்போது திருப்பூர் வந்து அவளையும் அவள் ஆலயத்தையும் கண்டு இன்புறுங்கள்.

அன்பான அழைப்பு

இம்மைக்கு சௌபாக்கியத்தையும், மறுமைக்கு முக்தியையும் அருளும் **வேதமாதா ஸ்ரீ பஞ்சமுக காயத்ரி தேவிக்கு** ஆத்ம சமர்ப்பணம்.

– ஸ்ரீ ஜெயக்குமாரி அம்மா

பொருளடக்கம்

1.	ஸ்ரீ காயத்ரி கோவில்	1
2.	ஸ்ரீ காயத்ரி மந்திரத்தின் பெருமை	3
3.	ஸ்ரீ காயத்ரி தேவி உபாசனா வடிவம்	7
4.	தாமரை திருக்கோவில் வரலாறு	10
5.	தாமரை திருக்கோவில் புனருத்தாரணம்	51
6.	கோவில் கட்டமைப்பு	61
7.	தெய்வ சிலை அமைப்பு	66
8.	யந்திர பிரதிஷ்டை	72
9.	ராஜ யந்திரம்	74
10.	ஸ்ரீ சக்கர வடிவ தாமரை கோவில்	78
	ஸ்ரீ சக்கரம்	81
	ஸ்ரீ சக்கர வடிவமைப்பில் தாமரை கோவில்	82
	பிரதான வாயிற்கதவில் மாத்ருகா தேவிகள்	83
	பதினாறு தள பத்ம தியான மண்டபம்	84
	8 தள பத்ம அர்த்த மண்டபத்தில் சப்த காயத்ரிகள்	85

	ஸ்ரீ பஞ்சமுக காயத்ரீ தேவி	86
	மகாலட்சுமி குபேர சன்னதியும் யாகசாலையும்	87
11.	மகாலட்சுமி குபேரர் சன்னதி	88
12.	கோவில் பூஜைகள் விவரம்	90
13.	காயத்ரீ மந்திரங்களும் பலன்களும்	92
	நூல் ஆசிரியர் பற்றி	104

ஸ்ரீ காயத்ரி கோவில்

உலகத்தின் ஆன்மீக நாடாக கருதப்படுவது இந்தியா. ஆன்மீகத்திற்கு உயிர் நாடியாக இருப்பது காயத்ரி மந்திரம். அந்த மந்திரத்திற்குரிய உபாசன தெய்வம் ஸ்ரீ காயத்ரி தேவி. இவள் வேத மந்திர ஸ்வரூபிணி. இத்தேவியின் தாமரை வடிவ கோவில் தென்னிந்தியாவில், தமிழ் நாட்டில், திருப்பூர் நகரத்தில், சர்க்கார் பெரியபாளையம் என்னுமிடத்தில் அமைந்துள்ளது.

ஸ்ரீ காயத்ரி தேவி இப்பூமியில் தான் கோவில் கொள்ள நடத்திய அமானுஷ்யங்களும், ஆச்சரியங்களும் கலியுக அதிசயமாக இந்த புத்தகத்தில் நிறைந்து இருக்கிறது. அதுமட்டுமல்லாமல் ஸ்ரீ சக்கர வடிவாக அமைந்திருக்கும் கோவிலின் விஷேச கட்டிட அமைப்பு, மற்றும் அங்கு எழுந்தருளியிருக்கும் தெய்வங்களின் புகைப்படங்கள் கண்களுக்கு விருந்தாகும். கோவிலில் நடக்கும் நித்ய, விஷேச, வருடாந்தர பூஜைகள் விவரம், நலம் தரும் பல காயத்ரி மந்திரங்கள் இவை அனைத்தும் இக்கோவில் வரலாற்றுப் புத்தகத்தில் நிறைவாக இருக்கிறது.

தாமரை கோவிலின் வெளித்தோற்றம்

சுற்றிலும் பசுமை நிறைந்த இடம். அங்கு ஒரு தண்ணீர் அகழி அதனுள் பதினாறு இதழ்கள் கொண்ட தாமரை வடிவ கட்டிடம், தாமரையின் மத்தியில் மூன்று நிலை

கோபுரம் கொண்டு ஸ்ரீ காயத்ரி கோவில் அழகாகக் காட்சியளிக்கிறது. கோவில் அமைப்பு ஸ்ரீ சக்கரம் வடிவாக அமைந்திருப்பதும் விசேஷம்.

வெளி பிரகாரத்தின் பசுமையும், எண்கோண சுற்றுப்பாதையும் அதை ஒட்டிய தண்ணீர் அகழியும் அதில் காணும் மீன்களும், அன்னங்களும் இயற்கை அழகு கூட்டுகிறது.

தாமரை இதழ் போன்ற வடிவமைப்பின் உள்ளே மகாமண்டபத்தில் தியான ஸ்தலங்கள் அமைதிக்கு சாட்சியாக இருக்கிறது.

அர்த்த மண்டபத்தில் இறைவனை தனக்குள்ளேயே காணும் உபநிஷத் மகாவாக்கிய தத்துவத்தை உள்ளடக்கிய சப்த காயத்ரிகள் அமைப்பு ஆச்சரியத்தை அளிக்கிறது.

ஐந்து முகங்கள், பத்து கைகள், மூன்று கால்களோடு கருவறையில் பஞ்சலோகத்தாலான ஸ்ரீ பஞ்சமுக காயத்ரி தேவி ஆக்ருதியோடு அழகாக அமர்ந்து இருக்கிறார்கள்.

ஈசானிய திக்கில் லக்ஷ்மி குபேர தனி சன்னதி அமைந்திருக்கிறது.

நீண்ட விசாலமான காற்றோட்டமான யாக சாலை அமைப்பு அழகைக் கூட்டுகிறது. ஈசானியத்தில் ஸ்தல விருக்ஷமாக வேம்பு படர்ந்து நிழல் தருகிறது. வேம்பின் அருகே இப்போது ஒரு புதிய அரச மரம் துளிர் விட்டு வளர்ந்திருக்கிறது

ஸ்ரீ காயத்ரி தேவியின் தாமரை கோவில் பற்றி சுருக்கமாக தெரிந்து கொண்டோம். இனி காயத்ரி மந்திரத்தின் பெருமையையும் நன்மையையும் தெரிந்து கொள்வோம்.

ஸ்ரீ காயத்ரி மந்திரத்தின் பெருமை

வானவரும் ஜபம் செய்யும் பெருமை மிக்க ஸ்ரீ காயத்ரி மந்திரத்தை அறிந்து கொண்டு பின் நாம் கோவில் வரலாற்றுக்குள் செல்வது வேதமாதா காயத்ரியின் அற்புத மகிமைகளை பூரணமாக அனுபவிப்பதற்கு வழி வகுக்கும்.

* உடலுக்கு உயிரும், உயிருக்கு ஆத்மாவும், ஆத்மாவுக்கு பரமாத்மாவுமே ஆதாரமாகும்.
* எங்கும் வியாப்பித்திருக்கும் ப்ரஹ்மமான பரமாத்மாவை அடைய உதவுவதால் **காயத்ரியும் ப்ரஹ்மமே என்று ப்ரஹ்ம சூத்திரம் கூறுகிறது**.
* "மந்திரங்களில் நான் காயத்ரி" என்று ஸ்ரீ கிருஷ்ண பரமாத்மா பகவத் கீதையில் கூறியுள்ளார்.
* காயத்ரி மந்திரத்திற்கு மேல் ஒரு மந்திரமுமில்லை, எதை விட்டாலும் காயத்ரியை விடக்கூடாது என்று ரிஷிகளும் கூறியுள்ளனர்.
* தேவர்களும் காயத்ரியை ஜபம் செய்பவர்களே என்று வேதம் கூறுகிறது.
* காயத்ரி மந்திர ஜபத்தால் எல்லா பாவங்களும் பஸ்பமாகும், புண்ணியம் அதிகரிக்கும் என்பது ஸ்ருதி வாக்கு.

காயத்ரி மந்திரம்-உயிரின் உயிர்

எங்கும் நீக்கமற நிறைந்திருக்கும் பரமாத்மா தன்னிலிருந்து தோற்றுவித்த இந்த பிரபஞ்சம் சக்திமயமானது. இந்த பூரண சக்தியை தன்னுள் அடக்கிய மந்திரமே காயத்ரியாகும். இந்த சக்தி தன்னில் பிரிந்தும் இணைந்தும் பல்வேறு ஜிவசக்திகளானது இவைகளே ஜீவாத்மா எனவும் பெயர் கொண்டது. ஜீவாத்மா உயிரென்றால் காயத்ரி மந்திரம் உயிரின் உயிராகும். இப்பிரபஞ்சத்தின் ஸ்தூல, சூக்ஷும பிரதிபலிப்பே ஸ்ரீ காயத்ரி தேவியின் சிலை வடிவாகும்.

'மந்திர' என்பது மன் + த்ர என்ற இரு சொற்களின் கூட்டாகும். மன் என்றால் மனது த்ர என்றால் இல்லாமல் ஆக்குவது. இரண்டையும் இணைத்தால் மனதை இல்லாமல் ஆக்குவது என்று பொருள்படும்.

ஒவ்வொரு ஜீவாத்மாவும் தான் தனியானவன் என்ற மனதின் எண்ணத்தைக் கொண்டு இறைவனிடமிருந்து விலகி இருக்கிறான். காயத்ரி மந்திர ஜப பலன் என்னவென்றால் பரமாத்மாவிலிருந்து நான் வேறுபட்டவன் என்ற மனதை இல்லாமல் ஆக்குவதாகும். மனதை இல்லாமல் ஆக்குவதால் மனிதன் இறைவன் அம்சமாகவே ஆகிறான் என்று உபநிஷத்துகள் கூறுகின்றன.

மகாசக்தி கொண்ட காயத்ரி மந்திரத்தை இப்போது தெரிந்து கொள்வோமாக.

காயத்ரி என்றால்: கா + ய + ஆ + த்ரி

கா – ஸ்தூல தேகம் (உடல்)

ய – சூட்சும தேகம் (மனம்)

ஆ – காரண தேகம் (கர்ம வினை)

ஸ்ரீ காயத்ரி மந்திரத்தின் பெருமை

த்ரி - ஸ்தூல தேகத்தின் அதிபதி பிரம்மா
சூட்சம தேகத்தின் அதிபதி விஷ்ணு
காரண தேகத்தின் அதிபதி ருத்திரன்

காயத்ரி என்றால் மனிதனின் ஸ்தூல, சூட்சும, காரண தேகங்களை காக்கும் பிரம்மா, விஷ்ணு, ருத்திரன் என்பதாகும்.

காயம் + த்ரி = கானம் செய்பவரை காப்பவள் என்றும் பொருள் உண்டு.

ஸ்ரீ காயத்ரி மகாமந்திரம்

காயத்ரி மந்திரம் ரிக், யஜுர், சாம, அதர்வண வேதங்களின் சாரங்களை தனக்குள் அடக்கியது

ஓம் பூர் புவ:ஸுவ: தத் ஸவிதுர்வரேண்யம்
பர்கோ தேவஸ்ய தீமஹி தியோ: யோந: ப்ரசோதயாத்: ஓம்.

ஓம் - உடலிலும், வெளி உலகிலும் உள்ள அனைத்து சக்திகளின் இருகிய வடிவம்

பூ - உள்ளதனைத்திலும் உள்ள உண்மை

புவ - உண்மை உலகின் காரணமாக உருவடைந்தது

ஸுவ - எல்லாவற்றையும் தனதாக்கி தானானது

தத் - சூரியமண்டலத்திலுள்ள அந்த மூலகாரணமான

ஸவிது - உயிரினமனைத்தும் தோன்றச் செய்கிற

வரேண்யம் - வேண்டப்பட்ட

தேவஸ்ய - பேரொளியுடன் நல்லுதவி புரிகின்ற

பர்க - பாபத்தை வறுத்தழிக்கின்ற பேரொளியை

தீமஹி	–	தியானம் செய்வோம்
யா	–	இவ்வாறு தியானிக்கப்பட்டதெதுவோ (அது)
ந	–	நம் அனைவரது
திய	–	மனப்போக்கை
ப்ரசோதயாத்	–	நல்வழி காட்டி அதில் செல்லத் தூண்டுகிறது.

பொருள்

உள்ளதனைத்திலும் உள்ள உண்மை, எல்லாவற்றையும் தனதாக்கி தானான இருகிய சக்தி, சூரியமண்டலத்தில் மூலகாரணமாகி, உயிரினமனைத்தும் தோன்ற காரண-மானதும், பாவத்தை வருத்தொழிக்கின்ற பேரொளியை தியானம் செய்வோம். இவ்வாறு தியானிக்கப்பட்டது எதுவோ அது நம் அனைவரது மனப்போக்கிற்கு நல்வழி காட்டி அதில் செல்லத் தூண்டுகிறது.

ஸ்ரீ காயத்ரி மந்திரத்தின் பொருளை கவனிக்கும்போது அது பேரொளியான சக்தியையும் அதை தியானிக்கும்போது ஏற்படும் நன்மைகளையும் கூறுகிறது. கானம் செய்பவரை காப்பது என்ற பொருள் கொண்ட இந்த மந்திரத்தை எல்லா மதத்தவரும் ஜபித்து நன்மை அடையலாம்.

ஸ்ரீ காயத்ரி தேவி உபாசனா வடிவம்

ஸ்ரீ காயத்ரி மந்திர ஸ்வரூபம் அதாவது ஒலி வடிவம். ஆனாலும் அவள் அழகான பெண் ரூபம் தரித்து காட்சி அளிக்கிறாள் காரணம் எல்லாவற்றையும் ஸ்தூலமாக காணும் எளிய மனிதர்களையும் சூட்சமத்திற்கு அழைத்துச் செல்ல தானே அவர்களைப் போல ஸ்தூல வடிவம் தாங்கி வழி நடத்துகிறாள்.

அன்னை ஸ்ரீ காயத்ரியின் உபாசனா (சிலை) வடிவம் சௌந்தரிய வடிவுடையது. ஸ்ரீ காயத்ரி தேவி ஐந்து முகங்கள், பத்து கரங்கள், மூன்று கால்கள் கொண்டு தாமரை பீடத்தில், அன்னப்பக்ஷி வாகனத்தில் அமர்ந்திருப்பவள். காலையில் ஞானம் தரும் சரஸ்வதியாக தாமரை மலராசனத்திலும், நண்பகல் வேளையில் தீமையை அழிக்கும் ருத்ர தேவியாக சிம்ம வாகனத்திலும், மாலையில் எல்லாவற்றையும் காக்கும் விஷ்ணு ரூபிணியாக கருட வாகனத்தில் பவனி வருபவள்.

உபாசனா வடிவ தத்வார்த்தம்

ஐந்து முகங்கள்

மனித உடல், பிராணன்கள், கர்மேந்திரியங்கள், தத்துவங்கள், உப பிராணன்கள், அக்னிகள், தன்மாத்திரைகள், பூதங்கள், கிலேசங்கள், கோசங்கள் இவற்றால்தான் கட்டுமானம்

ஆனது. இவையாவும் ஐந்து, ஐந்தாக ஆனது. ஆகையால் இவைகளை உள்ளடக்கிய அன்னையின் முகங்களும் ஐந்தாக கொண்டது. அன்னையின் ஐந்து முகங்களும் முத்து, பவழம், பொன், நீலம், வெண்மை என்று ஐந்து நிறங்களைக் கொண்டது

பத்து கரங்கள்

எட்டு திசைகள், வானம், பூமி, இவை மொத்தம் பத்து. அன்னையின் கரங்கள் பத்து. ஒருபுறமுள்ள ஐந்து கரங்கள் உலகில் பெறவேண்டிய லௌகீக சுகங்களை அளிக்க வல்லது. மறுபுறமுள்ள ஐந்து கரங்கள் ஆன்ம வாழ்வில் பெற வேண்டிய பேரானந்த சுகங்களை தரவல்லது. பத்து கரங்களிலும் சங்கு, சக்கரம், அக்ஷ மாலை, சுவடி, அட்சய பத்திரம், தாமரை மொக்கு, மழு, வர, அபாய முத்திரைகளோடு உலகைக் காப்பவள் அன்னை.

மூன்று கால்கள்

ஆக்கல், காத்தல், அழித்தல் என்னும் முத்தொழில்கள், அதை நிர்வாகிக்கும் பிரம்மா, விஷ்ணு, ருத்திரன் என்ற மும்மூர்த்திகள், கடந்தகாலம், நிகழ்காலம், எதிர்காலம் என்ற முன்று காலங்கள் இவை அனைத்தும் அன்னையின் மூன்று கால்களாக விளங்குகிறது.

தாமரை மலராசனம்

ஆயிரம் இதழ் விரித்த தாமரை போல அப்பழுக்கற்ற மக்களின் ஸ்வர்ண ஹ்ருதயத்தை ஆசனமாகக் கொள்பவள்.

அன்னப்பக்ஷி வாஹனம்

பாலிலுள்ள நீரை பிரித்து பாலை மட்டும் அருந்தும் அன்னப்பக்ஷி போல் அல்லதை விலக்கி நல்லதை கொள்ளும் குணம் தருபவள்.

ஸ்ரீ காயத்ரி தேவி அண்ட சராசரங்களை தன்னுள் அடக்கி பறந்து விரிந்த மகாசக்தியாவாள். சகல தேவதா மந்திர சக்தியும், அற்புத சித்திகளும் மண்டிக்கிடக்கும் வைரச்சுரங்கம் இவள். உயிர்களின் உயிராக இருந்து எல்லா மந்திரங்களுக்கும் தெய்வங்களுக்கும் சக்தியை கொடுப்பதும் இவள்தான்.

தூய மகனின் பாவனையில் அன்னையை தியானித்தால் தாயின் செயல் தானே துரிதப்பட்டு ஞானம், செல்வம், பண்பு, புகழ், மதிப்பு, சத்சித் ஆனந்தம் யாவும் தேடி வரும் என்பது சத்யம். தொழுபவனை உலகமே தொழ தெய்வமாக்குபவள் இவள்.

மந்திர ஸ்வரூபிணி காயத்ரி தேவி இம்மண்ணில் குடிகொள்ள நடத்திய அற்புத விளையாட்டை அடுத்த அதிகாரத்தில் கோவில் வரலாறாக கண்டு மகிழ்வோம்.

தாமரை திருக்கோவில் வரலாறு

ஸ்ரீ பஞ்சமுக காயத்ரி தேவியின் தாமரை திருக்கோவில் கும்பாபிஷேகம் 13/06/2002 அன்று உத்தம பூஜைக்கான 33 ஹோம குண்டங்கள் அமைத்து சிவாச்சாரியர்கள் பூஜை செய்ய, அதில்லாமல் 108 ஹோம குண்டங்களில் 108 சிவாச்சாரியார்கள் 650 குடும்பங்கள் ஸ்ரீ காயத்ரி ஜப ஹோமம் செய்ய, கலந்துகொண்ட பொது மக்களும் ஆங்காங்கே அமர்ந்து காயத்ரி ஜபம் செய்ய மொத்தம் 141 ஹோம குண்டங்களும் நூற்றுக்கணக்கான கலசங்களும் வைத்து கும்பாபிஷேம் ஐந்து நாட்கள் சிறப்பாக நடத்தப்பெற்றது.

வேத ஆகமங்கள் கற்றுணர்ந்த ஆச்சார்யர்கள் மட்டுமே யாக குண்டங்களில் ஆகுதி கொடுப்பது வழி வழியாக வரும் மரபு. ஆனால் இங்கு விதிவிலக்காக பொதமக்களும் ஹோம குண்டங்களில் ஸ்ரீ காயத்ரி ஜப ஹோமம் செய்ய அனுமதிக்கப்பட்டது எவ்வாறு?

யாருடைய ஆணையின்படி இது நடந்தது?

இந்த மாபெரும் கேள்விக்கு விடை பகரும் முகமாக ஸ்ரீ பஞ்சமுக காயத்ரி தேவியின் தாமரை திருக்கோவில் வரலாறு பல அற்புதங்களை தனக்குள் கொண்டிருக்கிறது.

ஒவ்வொரு மடலாக விரிய விரிய பூவின் மணம் எல்லா இடத்திலும் பரவுவதை போல் ப்ரஹ்ம

ஸ்வரூபிணியின் ஆத்மானுபூதி சுகந்தத்தை அனைவரும் அனுபவிப்பீர்களாக.

ஸ்ரீ காயத்ரி தேவியின் தாமரை கோவிலை ஸ்தாபித்தவர், அகத்தியர் மகரிஷி கோத்திரத்தில் பிறந்து பதஞ்சலி மகரிஷி கோத்திரத்தில் வாழ்க்கைப்பட்டு இறை ஞானம் பெறுவதே பிறவியின் பயன் என்று வாழ்ந்து வந்த "ஸ்ரீ ஜெயக்குமாரி அம்மா". இரண்டு வயது குழந்தையும் இவரை அழைப்பது அம்மா. 90 வயது முதியவருக்கும் இவர் அம்மா.

இக்கலியுகத்தில் தர்மம் தன் நான்கு கால்களில் மூன்று கால்கள் ஒடிந்துவிட்ட நிலையில், ஒற்றைக் காலான சத்யம் மட்டுமே கொண்டு நொண்டிக் கொண்டிருக்கிறது. ஆத்ம ஞானத்திற்காக அடியெடுத்து வைக்கும் அன்பர்களை கலிபுருஷன் அசைக்கப் பார்க்கிறான். அன்பர்கள் சரிந்து விடாமலிருக்க அம்மா அவர்கள், அவர்களை அரவணைத்து தன் ஆத்மானுபூதிகளை எடுத்துரைத்து

"ஆத்மா சத்தியமானது உலகம் அசத்தியமானது" என்று உணர வைக்கிறார்.

பசித்திருப்பவனிடமும் ரோகியிடமும் ஆத்மஞானம் உரைக்காதே என்கிறது வேதம்.

அப்படியானால் அவர்களுக்கு போக்கிடம் இல்லையா?

ஏன் இல்லை? என்கிறார் அம்மா.

பசியினையும், ரோகத்தினையும் போக்கிவிட்டால்!

மனிதர் பசிக்கும், ரோகத்திற்கும் காரணம் அவர்கள் கர்மவினை. மனிதர் தன் கர்மவினையினை தானே உருவாக்கிக் கொள்கிறார்கள். ஆனால் அதனை அவர்கள் அறிவதில்லை. அறியாமல் அவர்கள் உருவாக்கியதை

அவர்களுக்கு எடுத்துக்காட்டி, உருவாக்க முடிந்த உன்னால் இல்லாமல் ஆக்கவும் இயலும் என்ற ஆணித்தரமான வேதாந்த தத்துவத்தை புகட்டி, முதலில் அவர்களை பசி, பிணி இவற்றிலிருந்து மீட்கும் முகமாக பல போதனை வகுப்புகள் நடத்தினார்கள். அந்த வகுப்புகளை கற்றவர்கள் தன் பிணி மட்டுமல்லாது தன்னை சார்ந்தவர்கள் பிணியும் அகற்றும் ஆற்றலை பெற்றனர்.

பசியும் பிணியும் விலகிய மக்களுக்கு ஆத்மஞானத்தை வழங்கி அவர்களை அனுபவஞானி ஆக்கினார்கள்.

ஒரு கால கட்டத்தில் அம்மா அவர்கள் எல்லாவற்றையும் துறந்து ஆசிரம வாழ்க்கைக்குத் தயாராக முடிவு எடுத்த சமயம், அம்மாவின் ஒரு பயிற்சி வகுப்பில் தனக்கு கோவில் எழுப்பச் சொல்லி அன்னை ஸ்ரீ காயத்ரி மாதாவின் கட்டளை வெளிப்பட்டது.

2000 ம் ஆண்டு புரட்டாசி மாதம் அம்மா அவர்கள் இந்தியா, தமிழ் நாட்டில், பொள்ளாச்சி நகரில், மக்களுக்கு அவர்கள் இஷ்ட தெய்வங்களோடு மானசீகமாக தொடர்பு ஏற்படுத்திக் கொடுக்கும் பக்குவத்தை கற்றுக் கொடுத்துக் கொண்டிருந்தபோது பயிற்சி எடுத்துக் கொண்டிருந்த ஒரு பெண்மணியின் வாயிலாக வேத மாதா காயத்ரி தேவி பேச ஆரம்பித்தார்கள்.

நான் காயத்ரி பேசுகிறேன் “நீ ஆசிரம வாழ்க்கைக்குப் போக யத்தனிக்கிறாய், எனக்கு கோவில் கட்டு. பிறகு எங்கு வேண்டுமானாலும் செல். மக்களுக்கு ஞானம் போதிப்பதால் பெறப்படும் குருதட்சணையில் என் கோவில் பணி நடக்கட்டும்” என்றும் அருள் வாக்களித்தார்.

இந்த நிகழ்ச்சியை உறுதிப்படுத்தும் விதமாக அன்று இரவு முழவதும் வருண பகவான் பூமியை தன் மழை நீரால் குளிர்வித்துக் கொண்டிருந்தான்.

அம்மா அவர்கள் தன் வீட்டில் இது குறித்து நெடுநேரம் அளவளாவிக் கொண்டு இருந்ததும் பின் அதிகாலையில் வீட்டாரின் முழு சம்மதத்தோடு அன்னைக்கு ஆலயம் எழுப்ப தீர்மானித்ததும், அதற்காக காத்திருந்தது போல தொலைபேசி ஒலித்தது, முதல்நாள் யார் மூலமாக பொள்ளாச்சியில் அன்னை பேசினார்களோ அந்த பெண்மணியின் வாயிலாக அன்னை காயத்ரி குரல் ஒலித்தது.

"என்ன பேசி முடிந்ததா? நான் இரவு முழுவதும் உன்னுடன்தான் இருந்தேனென்று கூறியது."

வருண பகவானின் விடாத மழையும் ஸ்ரீ காயத்ரி தேவி இப்பூலோகத்தில் திருப்பூர் நகரில் கோவில் கொள்ள தீர்மானித்தாள் என்பதை உறுதிப்படுத்தியது.

பொழுது புலர புலர அம்மாவிற்கு ஏதோ இனம் புரியாத உணர்வு, உந்துதல். புறப்படு! புறப்படு! என்று, எங்கே என்றால் கோவை மாநகரம் என்ற பதில். சரி ஏதோ ஒரு சக்தி தன்னை கோவை நகருக்கு அழைக்கிறது என்று உணர்ந்து அங்கே செல்ல, நவராத்திரி விழாவிற்கான கொலு பொம்மைகள் விற்பனை மையத்திற்குள் அம்மாவை இழுத்துச்சென்றது.

இனி அம்மாவிற்கும் ஸ்ரீ காயத்ரி தேவிக்கும் இடையேயான பரிபாஷைகளையும், அனுபவ பரி-மாறல்களையும் அம்மாவே தன் வார்த்தைகளால் உங்களுக்கு எடுத்துரைக்க இருக்கிறார்கள்.

கோவை நகரத்து பூம்புகார் அங்காடிக்குள் கால் வைக்கும்முன் உள்ளே கொலு படிக்கட்டில் வைக்கப்பட்டிருந்த பொம்மைகள் நடுவில் என் கண்கள் குத்திட்டு நின்றன. அங்கே பதினெட்டு கரங்களுடன் கம்பீரமாக சிம்மவாகனத்துடன் நின்றுகொண்டு

அஷ்டதசபுஜ மகாலட்சுமி புன்னகை பூக்கிறாள். மகாலக்ஷ்மியின் உள்ளே சூக்ஷும ரூபமாக ஸ்ரீ காயத்ரி தேவி. மகாலக்ஷ்மியின் உட்ஸ்வரூபம் காயத்ரியாகவே எனக்குக் காட்சியளிக்க மௌன பரிபாஷை எங்கள் இருவருள்ளும் தொடர்ந்தது.

என்னை வீட்டிற்கு அழைத்துச் செல், உனக்காகவே காத்திருக்கிறேன் என்றும், திருக்கோவில் பணி முடிவடையும் வரை உனக்கு பாதுகாப்பாக இருப்பேன் பின் நீ என்னை கோவில் உற்சவராக வைத்துவிடு என்று உணர்த்தினாள்.

வேதத்தின் சாரமான உபநிஷத்களில் மனம் லயித்திருக்கும் வேளையில் மறுபடியும் மூர்த்தி, பூஜை, புனஸ்காரம், ஆச்சாரம் அனுஷ்டானம்... இவையெல்லாம் இனி என்னால் சாத்தியப்படுமா? என்ற என் தயக்கம் அன்னையின் திவ்ய தேஜஸில் கரைந்து போனது. மேலே இருந்த அம்மனை கீழ் இறக்கி கைகளில் பற்ற அவள் என்னை தீவிரமாகப் பற்றிக்கொண்டாள். கீழே இறக்க இயலாமல் போனது.

வீட்டிற்கு அழைத்துச்செல்வேன் என்று உறுதிபடுத்து பின் இறங்குகிறேன் என்று அன்னை காயத்ரியின் ஆணை.

வீட்டிற்கு சென்று கலந்து ஆலோசித்து பின் நல்ல நாள் பார்த்து அழைத்துச் செல்கிறேன் என்றவுடன் சமாதானம் ஆகி கடையில் ஒரு மணி மண்டபத்தில் எழுந்தருளினாள்.

2000ம் ஆண்டு புரட்டாசி மாதம் அமாவாசை தினம் பஞ்சலோக ரூபமான அஷ்டதசபுஜ மகாலட்சுமி அன்னையை வீட்டிற்கு அழைத்துச் செல்லும் போது, காரில் ஏற்றும் போதும், இறக்கும் போதும் இமயமாய் கனத்தவள் பயணத்தின் போது என் மடியில்

குழந்தையாய் தவழ்ந்தாள். வீட்டில் அன்னையை 12 மணி நேர ஜலஸ்தம்பத்தில் இறக்குவதற்குள் ஐந்து ஆண்கள் திணறி விட்டார்கள். (சிலையோ ஒண்ணரை அடி தான்) இரவு முழுவதும் அன்னையாக ஐம்பொன்னில் உருவாக ஊற்றிய வார்ப்புகள், வாங்கிய அடிகள், செதுக்கல்கள், அனைத்தும் என் உடம்பின் வழியாக இறங்கியது.

அதிகாலை குருக்கள் வந்து அன்னைக்கு உயிர் கொடுக்கும் பூஜைகள் தொடங்கப் பெற்றன. ஜலஸ்தம்பத்திலிருந்து அன்னையை வெளிக்கொணர்ந்த போது அவளின் சூரிய தேஜஸை கண்டு குருக்கள் அம்பாள் ஸ்ரீ காயத்ரி பீடத்தை ஸ்தாபனம் செய்ய உங்கள் வீடு நாடி வந்திருக்கிறாள் என உள்ளம் பூரித்துக் கூறினார். அக்கம் பக்கத்தவர் விஷயம் தெரிந்து வந்திருக்க நவராத்திரி பூஜையில் அமோகமாக அன்னை கொலு வீற்றாள். 11 நாட்கள் முழமையான நவராத்ரி பூஜை விமரிசையாக நடந்து முடிந்தது அதுவரை நான் வீட்டை விட்டு எங்கும் நகரமுடியவில்லை. பூஜை கோலாகலங்கள் முடிந்து பணிக்கு திரும்பும் வேளை வந்தது.

திங்கள் முதல் வெள்ளி கிழமை வரை எனது பள்ளித் தொழிலை கவனிப்பேன். வார லீவு நாட்களில் வெளியூர் சென்று பொதுமக்களுக்கு ஆன்ம ஞான பயிற்சி வகுப்புகள் எடுப்பேன் இதுவே என்னுடைய பணியாக இருந்தது. இப்போது கோவில் திருப்பணி பொருளுக்காக வெளியூர் சென்று அதிக பயிற்சி வகுப்புகள் எடுக்க வேண்டும் அப்போது வீட்டில் யார் அன்னைக்கு பூஜை, நைவேத்தியம் செய்வார்கள்? என்ற என் கேள்விக்கு...

அன்னை கூறினாள் "என்றும் அணையாத தீபம் ஏற்றி இருக்கிறாய் அதுவே எனக்குப் பூஜை, பழங்கள் வைத்து விட்டுச்செல். நீ வரும்வரை நான் பார்த்துக் கொள்கிறேன்" என்று விடைகொடுத்தாள்.

ஓரிரு வாரங்களுக்குள் தனக்கு பூஜை தவறாது நடக்க வீட்டில் மாற்று ஆள் இருக்க அன்னை ஆவன செய்து கொண்டு அற்புதங்கள் பல நடத்தத் துவங்கினாள்.

மக்களுக்கு பலவிதமான பயிற்சி வகுப்புகள் எடுக்க ஆரம்பித்தேன். பல நாடுகளின் பலவிதமான செயல்முறைகளை கடைப்பிடித்து நோய் தீர்க்கும் முறை, பிரச்சனைகளுக்கு தீர்வு காணும் முறைகளை கையாண்டேன். எத்தகைய பிரச்சனையாக இருப்பினும் அவர்களுக்கு தீர்வுகள் கிடைத்தே ஆகவேண்டும் என்பதில் உறுதியாக இருந்ததில் தியானத்தில் பல விளக்கங்கள், செயல்முறைகள், தீட்சை முறைகள் கிடைக்கப் பெற்றேன்.

தெய்வங்களோடு மானசீகமாக பேசவும், தெய்வ குற்றங்கள் போக்கவும், கடந்த பிறவிகளுக்கு சூக்ஷும பயணம் செய்து வினைகளை கண்டறிந்து தீர்வுகள் ஏற்படுத்தியும், ஆத்ம ஞானத்தை மக்களுக்கு அறிவுறுத்தியும் வந்த காலத்தில் பிரபஞ்ச ரகசியம் வெளிப்பட ஆரம்பித்தது. சித்துக்கள் வெளிப்பட அதில் கவனம் செலுத்தவில்லை.

கோவில் திருப்பணிக்கு வகுப்புகள் மூலம் குருதட்க்ஷணையாக கிடைத்ததை மட்டுமே ஏற்றுக் கொள்கிறாள் அன்னை காயத்ரி என்றபோது என் பணி நேரம் அதிகரிக்க ஆரம்பித்தது.

சேலம் நகரில் பணியில் ஈடுபட்டிருக்கும் ஒரு நாள் அதிகாலை மூன்று மணிக்கு விழிப்பு வந்து யாரோ ஏதோ கூறுவது போல,

“சக்கரங்களை வைத்து நீ வகுப்பு நடத்து” என்று.

எனக்குள் ஒரே சஞ்சலம் ஏனெனில் சக்கரங்கள், யந்திரங்கள் பற்றி எள்ளளவும் எனக்குத் தெரியாது. நான் எப்படி?

மறுபடியும் அழுத்தமான உத்தரவு தொனி! நான் மீண்டும் உறுதியானேன்.

இந்த எண்ணம் என் அகம்பாவத்தின் வெளிப்பாடாக இருந்தால்?

இது இறைவன் சித்தமெனில் வெளிப்புறத்தில் எனக்கு ஏதாவது குறிப்பு காட்டுங்கள் என்று வேண்டினேன். பின் இயல்பாக ஜன்னல் பக்கம் கண்கள் திரும்ப அங்கே ஒரு ஜோதி மெல்ல தோன்றி மேலெழும்பியது. திடீரென்று வந்த அந்த ஜோதியை இறைவன் வெளிப்பாடு என்று என்னால் ஏற்றுக்கொள்ள இயலவில்லை. அதற்கு ஒரு காரணமும் மனது கற்பித்தது. சேலம் அருகே ஏற்காடு மலைப்பிரதேசம் அங்கே காட்டுத்தீ பரவியிருக்கலாம் என்று. இப்போது இன்னும் இரண்டு ஜோதிகள் பக்கவாட்டில் தோன்றின. மூன்று ஜோதிகள் மேலே எழும்பின அதன் அடியில் காட்டுத் தீக்கான எந்த தொடர் அக்னியும் இல்லை.

சுத்த ஜோதி ஸ்வரூபமாக வந்திருப்பவர்கள் யார்? என்று வினவ,

சிவன், பார்வதி, நந்தி என்று பதில் வந்தது.

எனக்கு மீண்டும் சந்தேகம் சிவன் பார்வதியோடு விநாயகர், முருகர் வராமல் நந்தி வந்ததன் காரணம் ? என்ற என் கேள்விக்கு அதிசய ரகசியம் வெளிப்பட்டது.

"சக்கரங்களுக்கு அதிபதி நந்தி" அதனால் நந்தியின் வருகை என்று,

திகைத்து நின்ற என் கண்களில் தாரை தாரையாக கண்ணீர் உருண்டோடியது, பின் காகிதமும் எழுது-கோலுமாக அமர்ந்தபோது பல சக்கரங்கள், யந்திரங்கள்

தானாக என் கைகள் மூலமாக எழுதப்பட்டது. அப்படி உருவானதுதான் **சக்கர யோகப்** பயிற்சி.

ஒரு நன்னாளில் மூன்று வேதங்கள் முறையே ரிக், யஜூர், சாம வகையாக ஸ்ரீ காயத்ரி ஹோமம் அற்புதமாக நடந்தேறியது. பூஜையில் அன்னையின் ஆசி கிடைத்தது எவ்வாறெனில் எப்போதெல்லாம் சக்கரயோகப் பயிற்சி மக்களுக்கு அளிக்கப்படுகிறதோ அப்போதெல்லாம் அந்த இடத்தில் மழை பெய்து இதன் மகத்துவத்தை உலகிற்கு உணர்த்தும் என்று.

அன்று மாலை சக்கர யோகப் பயிற்சி முதல் முறையாக வழங்கப்பட்டது. அனேக மக்கள் அதில் கலந்து கொண்டு நன்மை அடைந்தனர். அன்று இரவு மழையும் பெய்தது. எந்த நகரில் சக்கர யோகப் பயிற்சி நடந்தாலும் அங்கு மழை பெய்தது அது எந்த பருவம் ஆனாலும்.

இந்த சக்கரயோகப் பயிற்சியின் முக்கியத்துவம் யாதெனில் கற்றுக்கொண்டவர்கள் அனைவருக்கும் தங்கள் வீடுகளில் மற்றும் சொந்த இடங்களில் இருக்கும் தீய சக்திகளை வெளியேற்ற வலிமை பெற்றார்கள்., மற்றும் தொழில் அபிவிருத்தி, பொருளாதார உயர்வு இவற்றோடு ஆத்ம ஞானமும் பெற்றார்கள்.

பிற்காலத்தில் இப்பயிற்சி நல்ல இல்லறம், நல்ல ஞானமான சந்ததியினரை உருவாக்கும் முகமாக "ஸ்ரீவித்யை" பயிற்சிக்கு வித்திடுகிறது என்று எனக்கு அப்போது தெரியவில்லை.

சக்கர யோகப் பயிற்சி எடுப்பதற்கு உத்தரவு கொடுத்ததும் எனக்கு வேலைப்பளு அதிகமானது. எல்லா நகரங்களில் வகுப்புகள் எடுத்தாலும் சேலம் நகரில் மக்களின் ஈடுபாடு அதிகரிக்க அதிக நாட்கள்

சேலத்தில் இருக்க வேண்டிய கட்டாயம் ஏற்பட்டது. விடுதியில் தங்குவதற்கு பதிலாக ஒரு இல்லம் எடுத்து தங்கி வகுப்புகள் எடுக்கவும், பயிற்சி எடுத்தவர்கள் ஒன்று கூடி கூட்டு தியானம் செய்யவும், பொதுமக்கள் சந்தேகங்களுக்கு விளக்கம் கூறவும் சேலம் இல்லம் அமைந்தது. அதற்கு காயத்ரி யோகாஷ்ரம் என்று பெயரும் ஏற்பட்டது. முறையாக ஒரு குழு அமைத்து வேலைகள் தொடர்ந்தன. நான் சேலத்தில் இருக்கும் நாட்கள் அதிகரித்தது. திருப்பூரில் இருக்கும் நாட்கள் குறைய வீட்டிலிருக்கும் அஷ்டதசபுஜ மகாலட்சுமி அன்னை தன் எண்ணத்தை என்னிடம் வெளிப்படுத்தினாள்.

“கோவில் கட்டும் பணிக்கு உனக்கு உறுதுணையாக நான் வந்திருக்கிறேன் நீ இப்போது சேலத்தில் பணிகளை செய்து கொண்டிருக்கிறாய் நானும் அங்கு வந்து உன் பணியில் கலந்து கொள்ள விரும்புகிறேன்" என்று.

அதைத்தொடர்ந்து அன்னை சேலம் எழுந்தருளினார்கள். அவர்களுக்கு அங்கே கொண்டாட்டம்தான்

“குழந்தையும் தெய்வமும் கொண்டாடும் இடத்தில்” என்ற பழமொழிக்கு ஏற்ப சேலம் மக்கள் அவர்களை கொண்டாட பல அற்புதங்களை அன்னை நடத்தத் துவங்கினாள்.

அன்னை மானசீகமாகவும், கனவின் வாயிலாகவும், புறவெளிப்பாடாகவும் எல்லோரிடமும் தொடர்பு கொண்டு பரவசநிலைக்கு மக்களை மாற்றினாள். ஆடை அணிமணிகள், அலங்காரம், மலர் மாலைகளும், மந்திரங்களும், வேதாந்த, ஆத்ம ஞான சொற்பொழிவுகளும் அன்னையின் தேஜசை பெருக்கி பெருக்கி அன்னையின் சக்தியை பூரிக்க வைத்தது. மக்களின் தேவைகளும் நிறைவேறியது.

எல்லா காரியங்களும் வேகமாக நடக்க ஆரம்பித்தது. அப்போது...

தெய்வத்திற்கு உதவிய தெய்வம்

ஸ்ரீ காயத்ரி ஹோம பூஜை நடத்திக் கொடுத்த குருக்கள் ஒரு நாள் யோகாஷ்ரமத்திற்கு என்னைக் காண வந்திருந்தார்.

அவரிடம் வேதத்தின் ரிக், யஜுர், சாம வேத பிரிவுக்கான பூஜை நடத்தினீர்கள் அதர்வண பூஜை ஏன் நடத்தவில்லை? என்று கேட்க

அவர் கூறினார் “அந்த பூஜை உக்கிரத்தன்மை கொண்டது அதற்கான கோவில்கள், ஆச்சார்யர்கள் தனியாக இருக்கிறார்கள் அவர்களைக் கொண்டு செய்தல் வேண்டும்" என்றார்.

அப்படியானால் அதற்கான ஏற்பாடுகள் செய்யுங்கள் என்றேன். அவரும் உடனே செயல்பட ஆரம்பித்தார்.

ஒரு வியாழக் கிழமை காலை பயிற்சி இடை-வேளையின்போது, ஆஷ்ரமத்தில் காரியம் கவனிக்கும் பெண், வகுப்புகளுக்கு உறுதுணையாக இருக்கும் ஆண் இருவரும், என்னை நோக்கி ஓடிவந்தார்கள்...

அம்மா! அம்மா! குருக்கள் சாமி கொண்டு வந்திருக்-கிறார், அந்த அறைக்குள் போகவே பயமாக இருக்கிறது என்று பதறினார்கள்.

பயிற்சி வகுப்பிலிருந்த நான் மாலை பார்த்துக் கொள்கிறேன் என்று கூறினேன்.

மாலை சேனல்கள் கூட்டத்தில் (பயிற்சி எடுத்துக் கொண்டவர்கள் பதினைந்து நாட்களுக்கு ஒரு முறை கூடும் கூட்டம்) அன்னை அஷ்டதசபுஜ மஹாலக்ஷ்மிக்கு

பூஜை முடித்து புதிதாக வந்து அறைக்குள்ளிருக்கும் தெய்வத்திற்கும் கற்பூர தீபாராதனை காட்ட அந்த அறைக்குள் நுழைய ஏதோ என் மீது மோதியது போன்ற உணர்வு. அங்கு பார்த்தபோது நான்கு அடி உயர சிம்ம வாகனத்தில் அமர்ந்த கோலத்தில் உக்கிர ஸ்வரூபிணியான சிங்கமுகம் கொண்ட “ப்ரித்யங்கிரா” தெய்வம் அமர்ந்திருந்தாள். அவளின் உயிரோட்டமே அறைக்குள் நுழைந்த என்னை மோதியது. மற்றவர்கள் பார்த்து பயந்ததுவும் அதனாலேயே. ஒரு சின்ன சிரிப்பு எனக்குள், அவளைப் பார்த்ததும் பூச்சாண்டி காட்டும் குழந்தை போல் எனக்குத் தென்பட்டாள்.

சேனல்கள் கூட்டத்தில் ப்ரித்யங்கிரா தேவி வருகை அறிவிக்கப்பட்டது. ப்ரித்யங்கிரா தேவிக்கு உகந்த நிகும்பலா யாகம் விடிய விடிய நடக்கும் என்றும், பொதுமக்களும் அவளை கண்கொண்டு தரிசிக்கலாம் என்று தகவல் கொடுக்கப்பட்டது.

ஆடி மாதம் அமாவாசை, விடிந்தால் ஆடி வெள்ளி இத்தனை சுபங்கள் கூடியிருக்க இங்கு அதாவது காயத்ரி யோகாஷ்ரமத்தில் பூஜை கொள்ள வந்திருக்கும் ப்ரித்யங்கிரா தேவி எந்த ஊரை சேர்ந்தவள்? அங்கு அவளுக்கான பூஜைகளை விட்டு விட்டு இங்கு வந்ததன் நோக்கம் என்ன?

இவளை இங்கு அழைத்துக்கொண்டு வந்த குருக்களின் அனுபவமே பதிலானது.

அதர்வண வேத காளியான இத்தேவி கும்பகோணத்திற்கு அருகில் ஐவர்பாடி என்னும் ஊரில் குடிகொண்டிருக்கிறாள். அங்கு அவளுக்கு நித்திய பூஜைகளும், பிரதி மாதம் அமாவாசை தினம் நிகும்பலா யாகமும் நடக்கும். பல்லாயிரக்கணக்கான மக்கள் தரிசனத்திற்கு வந்தவண்ணம் இருப்பார்கள். ஏனெனில்

நடைமுறை வாழ்க்கைக்குத் தேவையான வெற்றிகளை அருளுவதில் இவளுக்கு நிகர் இவளே. அந்த ஊருக்கு குருக்கள் சென்று அங்குள்ள ஆச்சாரியர்களிடம் வேத மாதாவிற்கு ஆலயம் எழுப்பும் முகமாக சேலத்தில் பணிகள் நடந்து கொண்டிருக்கிறது அதர்வண வேத முறைப்படி அங்கு பூஜை நடத்தித் தர வேண்டும் என்று வேண்டுகோள் வைக்க,

அங்குள்ள ஆச்சாரியார்கள் கூறினார்கள், இங்கு ப்ரித்யங்கிரா தேவி கோவில் திருப்பணி நடந்து கொண்டிருப்பதால் முக்கிய பூஜைகள் எதுவும் இப்போது நடைபெறுவதில்லை, இருப்பினும் வேதமாதா காயத்ரி என்று கூறுகிறீர்களே, ப்ரித்யங்கிரா தேவியிடமே கேட்டு விடுவோம் என்று பிரசன்னம் வைத்துப் பார்க்க, தேவி சேலம் வர விருப்பம் தெரிவித்து விட்டாள்.

அங்குள்ள ஆச்சாரியர்களுக்கோ ஆச்சர்யம், பெரிய பெரிய தலைவர்கள் அவர்கள் இருப்பிடம் வந்து பூஜையை ஏற்றுக்கொள்ள வேண்டியபோது மறுத்து உதறியவள் இப்போது சம்மதித்திருக்கிறாள் என்றால்? ஏதோ நடக்கிறது என்று உணர்ந்து சேலத்து குருக்களுக்கு அன்னையின் மந்திர உபதேசம் கொடுத்து உற்சவரான ப்ரித்யங்கிராவை அனுப்பி வைத்தனர். நான்கு அடி உயரம், மூன்று அடி அகலம் ஆகிருதி, சமத்து குழந்தையாய் காரில் வந்து இறங்கியது கண்டு குருக்களுக்கு பேரானந்தம்.

ஆடி அமாவாசை வியாழக்கிழமை இரவு முழுவதும் அன்னைக்கு உகந்த உப்பும், மிளகாயும், நிகும்பலா ஹோமத்தில் ஆகுதியாக இறங்கிக் கொண்டே இருந்தது ஆனால் ஒரு காறல், கமறல் இல்லை. வெள்ளி தொடர்ந்து சனிக்கிழமையும் அன்னை அன்பர்களுக்கு ஆசி வழங்கிக் கொண்டே இருந்தாள். தரிசனம் பெற்ற மக்கள் கூறினார்கள் ஜவர்பாடியில் மணிக்கணக்கான

நேரம் காத்திருந்தாலும் சில சமயம் அன்னையின் தரிசனம் கிடைப்பது அரிது. இங்கு இவ்வளவு எளிதாக அன்னையை ஆராதிக்க ஸ்ரீ காயத்ரி யோகாஷ்ரமத்தில் வாய்ப்பு கிடைத்ததற்கு நன்றி பாராட்டினார்கள்.

அன்று மாலை குருக்கள் வந்து அன்னையை தன் இருப்பிடத்திற்கு திருப்பி அழைத்து செல்ல ஆயத்தம் செய்ய அவள் மறுத்து விட்டாள். சூட்சுமமாக தான் வர பிரியப்படவில்லை இங்கேயே தங்கிவிடப் போகிறேன் என்று கூற, குருக்கள் அவளுக்கான கோவிலும் பக்தர்களும் ஐவர்பாடியில் காத்திருக்க அங்கு செல்வதுதான் தர்மம் என்று சமாதானம் செய்து அழைத்து செல்ல, முரண்டு பிடிக்கும் குழந்தையாக பல இடங்களில் ஊர் சென்று சேரும் வரை தடங்கல்களை செய்தாள்.

ஒரு மாதம் கழித்து ஐவர்பாடியிலிருந்து சேலம் குருக்களுக்கு ஒரு கடிதம் வந்தது. அதில் மூன்று வருடங்களாக ப்ரித்யங்கிரா தேவி கோவில் திருப்பணியும் கும்பாபிஷேகமும் ஏதோ காரணங்களால் தள்ளிப் போய்க்கொண்டே இருந்தது, அவள் சேலம் ஸ்ரீ காயத்ரி யோகாஷ்ரமத்திற்கு சென்று வந்தவுடன், எல்லா காரியங்களும் அதிவேகமாக பதினைந்தே நாட்களுக்குள் பணிமுடிந்து விமரிசையாக கும்பாபிஷேகமும் நடந்தேறியது. (ஆடியில் சேலம் வந்தாள் ஆவணியில் கும்பாபிஷேகம் கொண்டாள்) தமிழ்நாட்டின் ஒரு முக்கிய புள்ளி பெரும்தொகையை அனுப்பி கும்பாபிஷேகத்தை உடனடியாக முடிக்க உதவினார் என்று மகிழ்வான செய்தி சொன்னது.

ப்ரித்யங்கிரா தேவியின் தாய் ஸ்ரீ காயத்ரி மாதா. தாய் வீடு சென்று ஆசி பெற்று வந்தவுடன் மகளுக்கு எல்லா வளங்களும் கிடைக்கப்பெற்றன. எந்த சேய்யுக்குத்தான் தன் அன்புத் தாயை விட்டுச் செல்ல மனம் இருக்கும்

அதனால்தான் சேலம் வந்திருந்தபோது ஸ்ரீ காயத்ரி யோகாஷ்ரமத்தில் தங்கி விடுவதாக ப்ரியங்கிரா தேவி கூறியிருக்கிறார்கள்.

ப்ரம்மச்சரியத்தோடு "ப்ரம்ஹ சக்தி" ஒன்று கலக்கும் போது அதனை வெல்ல யாராலும் முடியாது. ப்ரம்மச்சரியம் என்பது ஆசைகள் அற்ற நிலையில் பரபிரம்ம சக்தியோடு இணைதல் ஆகும். ஆசைகள் அற்ற நிலையில் ஸ்ரீ வேத மாதாவின் கோவில் திருப்பணி வேலைகளில் ஈடுபட்டிருந்த சேலம் காயத்ரி யோகாஷ்ரமத்தில், தெய்வங்களுக்கும் தீர்வு கிடைக்கும் என்பது தெளிவானது.

சேலம் காயத்ரி யோகாஷ்ரமத்தில் அற்புதங்கள் என்பது அன்றாட நிகழ்ச்சியாகி விட்டது. குருதட்சிணையாக பெறப்பட்ட பொருளில் மட்டுமே கோவில் திருப்பணி நடத்தவேண்டும் என்ற காயத்ரியின் விருப்பத்தால் வகுப்புகள் வேகமாக மக்களை சென்றடைந்து கொண்டிருந்தது. இதற்கு இடையில் கோவில் கட்டும் ஸ்தபதிகளை அழைத்து கட்டுமான பணிக்கான விசயங்களை பேச ஆரம்பித்த போது...

ஸ்தபதியார் ஸ்ரீ காயத்ரி தேவிதான் அம்பாளா? நீங்கள் ஏன் வேறு அம்பாள் சிலை வைக்கக்கூடாது என்று கேட்டார்கள்.

எனக்கு ஒரு சிறிய சந்தேகம் துளிர் விட்டது. ஏன் இப்படி கேட்கிறீர்கள் என்ன விஷயம்? என்று கேட்டபோது ஒரு தேவ ரகசியம் வெளிப்பட்டது.

ஸ்தபதியார் கூறியது,

"ஸ்ரீ காயத்ரி பீடத்தை சார்ந்தவர்கள் வெகு தலைமுறையாக குரு பிரதானமே இல்லாமலிருந்து முன்கூற்று சுவடி மூலம் இந்த காலகட்டத்தில் குரு

கிடைப்பார் என்றும் குரு மடம் ஸ்தாபிக்கப்படும் என்றும், அதேபோல் ஸ்தாபிக்கப்பட்டு தலைமை பீடத்தில் காயத்ரி அம்பாளுக்கு கோவிலும் எழுப்பப்பட்டது. அவர்கள் தமிழ்நாட்டில் கிளைமடம் ஒன்று அமைத்து அங்கு ஸ்ரீ காயத்ரி தேவிக்கு கோவில் எழுப்பத் தீர்மானித்தார்கள். பொன்னுக்கோ, பொருளுக்கோ, ஆள் பலத்திற்கோ குறைவில்லாத அவர்களால் திருப்பணி நடத்த முடியவில்லை. கோவில் அஸ்திவார நிலையில் பல வருடங்களும், அடுத்த நிலையில் அடி எடுத்து வைத்ததுதான், அப்படியே நின்று போய்விட்டது.

நீங்கள் இப்போது தனி ஒரு நபராக ஸ்ரீ காயத்ரி தேவி கோவில் கட்டுகிறேன் என்கிறீர்கள் அதுதான் எனக்கு தயக்கத்தைக் கொடுக்கிறது. எந்த ஒரு கோவில் திருப்பணி எடுத்தாலும் எல்லோரும் அந்த பணி முடித்து பூரணத்துவம் அடையவேண்டும் என்றுதானே விருப்பப்படுவார்கள் அதுதான், தடங்கல் வந்தால் அல்லது பாதியில் கோவில் பணி நின்றுவிட்டால் நன்றாக இருக்காதே. நீங்கள் ஏன் மறுபடியும் இதுபற்றி ஆலோசிக்கக்கூடாது?” என்றார்.

இதை கேட்டதும் நான், கோவில் கட்டும் ஆசைக்காக நான் இந்த பணியை செய்யவில்லை. தனக்கு கோவில் எழுப்பும்படி ஸ்ரீ காயத்ரி தேவி என்னை பணித்திருக்கிறாள் அதற்காக அவளே அஷ்டதசபுஜ மகாலட்சுமியாக வந்து நடத்திக் கொண்டும் இருக்கிறாள். அவள் தீர்மானித்து செயல் புரிந்து கொண்டிருக்கிறாள் இதில் நாம் வெறும் கருவிகளே அவள் எதை செய்யச் சொல்கிறாளோ அதை செய்வோம் மற்றவை எதையும் சிந்தித்து குழப்பிக் கொள்ளவேண்டாம் என்று கூறினேன்.

மனம் சமாதானமான ஸ்தபதி பலவிதமான கோவில் படங்களை காட்டி எந்த விதமாக வேண்டும் என்று

தெரியப்படுத்தச் சொன்னார் ஆனால் அதிலெல்லாம் மனது செல்லவில்லை அவரிடம் என்னென்ன நிலைக்கு என்ன பொருள் தேவை என்று எனக்குத் தெரியப்படுத்துங்கள். காயத்ரி தேவிக்கு எது தேவையென்று அவள் தீர்மானித்து தெரியப்படுத்துகிறாளோ அதன்படி செய்வோம் என்று கூறினேன்.

அதன் பின் வந்த சேனல்கள் கூட்டத்தில் அனைவரும் தியானத்தில் இருந்தபோது அனைவருக்கும் தாமரை போன்ற உருவமும் அதன் மேல் தங்கத்தில் தகதகத்த கோபுரமும், நீலத் தடாகமும் தோன்றின. எல்லோரும் அக்கட்சியினை கண்டார்கள். அன்னை தனக்கு தாமரை வடிவத்தில் கோவில் கேட்கிறாள் என்று அறிந்து கொண்டோம். அதை தொடர்ந்து ஒரு சேனல் (காயத்ரி யோகாஷ்ரமத்தில் பயிற்சி எடுத்தவர்களை சேனல் என்று அழைப்போம்) தியானத்தில் கண்டதுபோல் ஒரு மாதிரி வடிவம் அமைத்துக்கொண்டு வந்தார். மளமளவென்று கோவில் வடிவம் உறுதி செய்யப்பட்டது.

அதை தொடர்ந்து மற்றுமொருநாள் தியானத்தில் நாங்கள் கண்டது. வெகு கஷ்டத்தோடு ஏதோ ஒன்றை மண்ணிலிருந்து வெளிக் கொணர முயற்சிக்கிறோம் எத்தனையோ தடைகள், கஷ்டங்கள் அதனையும் மீறி அதனை வெளிக்கொணர்ந்தபோது அது ஸ்ரீ காயத்ரி மாதாவின் ரூபம். அதைக் கண்டு மனம் பதற நடுங்கிப் போனேன். செல்லரித்துப்போய் முழு உருவம் இல்லாமல் உயிர்மூச்சு மட்டுமே ஓடிக்கொண்டிருந்த நிலை, மண்ணிலிருந்து வெளியேறியவுடன் அன்னையின் ரூபம் பூரிக்கத் துவங்கியது புதுபொலிவு பெறத் தொடங்கியது பின் முழுமையடைந்து என்னை நோக்கி புன்னகை பூத்தது. தியானத்தில் பலரும் இதனை கண்டனர். இதற்கு பொருள்?

உயிர்சக்தியான ஸ்ரீ காயத்ரி தேவி எப்போது மண்ணில் புதைந்தாள் ? ஏன் இப்படி செல்லரிக்கபட்டாள் ? ஏன் இவ்வளவு நாள் வெளிவர இவளால் இயலவில்லை? இவளை பூஜித்தவர்களுக்கு இவள் நிலை ஏன் தெரியவில்லை? கேள்விச்சரம் பின்னிப் பின்னி என்னுள் எழுந்தது. அதற்கு விடையாக ஞானக்கண் மலர்ந்தது.

மந்திர ஸ்வரூபமான ஸ்ரீ காயத்ரி தேவியை தனக்கென வைத்து உரிமை பாராட்டியவர்கள், அவளின் உயிரோட்டத்தை உணர்ந்து கொள்ளவில்லை, உணர்வு பூர்வமாக இல்லாமல் இயந்திரத்தனமாக மந்திரப் பிரயோகம் செய்துவந்தனர். அதனால் அன்னை அவ்விதம் ஆக்கப்பட்டாள்.

தனக்கென வைத்து உரிமை பாராடியவர்கள் என்றால்,

ஒரு குறிப்பிட்ட சமூகத்தினரா? இல்லை! என்று பதில் வந்தது பின் யார்?

இந்த பிரபஞ்சம் முழுவதிலும் உள்ள மூர்கத்தனமான, நான், எனக்கு, என்னுடையது என்ற தத்துவத்தில் ஆழப் புதைந்தவர்கள், தனக்கு, தனக்கு என்று அன்னையின் உயிர் சக்தியை உறிஞ்சி எடுத்தவர்கள் அவளை அடைத்து வைக்க, அவர்களின் அறிவற்ற செயலால் அன்னைக்கு அசையக் கூட இயலாமல் போய்விட்டது. யுக தர்மத்தால் அன்னையும் அமைதி காக்க வேண்டியதாயிற்று. ஏனெனில் சதுர் யுகத்தின் கடைசியான கலியுக்தில் அனைத்தும் ரகசியமற்றுப் போய்விடும். அன்னையின் சக்தி சூட்சமங்கள் எல்லாம் வெளிப்பட அன்னைக்கு தளைகளும் அதிகரித்து விட்டது. ஆன்ம ஞானம் என்று பேசி அவரவர்கள் தன்னை உயர்த்திக் கொள்ள அன்னை அங்கே செல்லரிக்கத் துவங்கினாள்.

அதுசரி, இப்போது மட்டும் என்ன யுகம் மாறிவிட்டதா?

எத்தனையோ பேர் போட்ட தளைகளிலிருந்து இன்று மட்டும் விடுபடுவானேன்?

எனக்குக் குழப்பம் கூடிப்போனது. அதிகம் தேவை இல்லாதவற்றை சிந்திக்கிறேனோ?

ஆனால் அன்னையின் ஞான வெளிப்பாடு நிற்கவில்லை தொடர்ந்தது. “உயிர்சக்தியான என்னை அதாவது காயத்ரியான என்னை மீட்க வேண்டுமானால், அளவற்ற மனோபலம் வேண்டும், வைராக்கியம் வேண்டும், களங்கமற்ற இதயம் வேண்டும், குருபக்தி வேண்டும்" என்று கூறிவிட்டு பின் ஸ்ரீ காயத்ரி தேவி பூரணமாக வெளிவந்து அஷ்டதசபுஜ மகாலக்ஷ்மியின் உட்புகுந்து கொண்டார்கள்.

அன்னை கூறியதெல்லாம் எனக்கு இருக்கிறதா என்று எனக்குத் தெரியாது. அனால் ஒன்று மட்டும் நிச்சயமாக நம்பினேன், கோவில் கட்டச் சொல்கிறார்கள், அவ்வளவுதானே கட்டிவிடலாமென்று இறங்கி விட்டேன். எத்தனை பேர் எத்தனை இடங்களில் கோவில் கட்டியிருக்கிறார்கள் அதுபோல் இதுவும் ஒன்று என்று நான் “என் பணி கோவில் கட்டுவது” மட்டும் நினைவில் இருந்தது வேறு எதுவும் என் சிந்தையில் இல்லை.

அன்னை, தான் எப்படி இருப்பேன் என்றும் எவ்விதமாக கோவில் வேண்டுமென்றும் தெரியப் படுத்தியவுடன், அதே நாள், ஒரு நபர் என்னைக் காண வேண்டி வெளியே காத்திருப்பதாகக் கூறினார்கள். அவரோடு பேசும்போது அவர் கூறினார், ஏதோ ஒரு சக்தி என்னை இங்கு கொண்டு வந்தது நானும் கோவில் கட்டிக் கொடுத்துக்கொண்டிருக்கிறேன் என்று கூறியபோது, நான் கோவில் கட்டும் பணிக்கு வேறொருவர் நியமித்தாகி

விட்டது அதைவிடுத்து நீங்கள் எந்த விதத்தில் இதற்கு உதவலாம் என்று நினைகிறீர்கள் என்று கேட்க, அவர் கூறினார் நான் இதற்காக கல்லூரி சென்று படித்தவன், நன்றாக சித்திரம் எழுத இயலும் என்று கூறினார். அப்படியானால் ஸ்ரீ காயத்ரியின் உருவத்தை சித்திரமாக எழுதித் தருமாறு பணித்தேன்.

சில நாட்கள் கழித்து மறுபடியும் தியானத்தில் சப்த காயத்ரிகள் உருவாக்க உத்தரவு ஆனது. திரும்பத் திரும்ப எனக்கு இந்த தலைகால் புரியாத புதிய புதிய தகவல்கள் என்னை திக்குமுக்காடச் செய்தது.

கணபதி, பிரம்மா, விஷ்ணு, ருத்ரர், ராமர், கிருஷ்ணர், வெங்கடாசலபதி போன்ற தெய்வங்கள் பெண் ரூபங்களான சப்த காயத்ரிகளாக நிமாணிக்க உத்தரவு ஆனபோது, இவர்களின் பெண்பாலாக எங்கே போய் தேடுவது?...

பரிபூரண காயத்ரியின் ரூபத்தை வரைந்த நபர், இதனை நான் முயற்சி செய்கிறேன், நீங்கள் பார்த்து திருத்தம் இருந்தால் சொல்லுங்கள் என்று அந்த பணியினை தான் ஏற்றுக்கொண்டார். மிக அழகாக சப்த காயத்ரிகள் சித்திரங்களாக உருவாகி வந்திருந்தனர். பூரண திருப்தியாயிற்று.

இதற்கிடையில் 2001ம் ஆண்டு தை மாதம் பூமி பூஜை நடத்தி கட்டிட வேலை துவங்கப்பட்டது. அஸ்திவாரம் இட்டு 16 தூண்கள் 8 தூண்கள், கர்ப்பகிருகம் முடிந்து கட்டிட பணி அப்படியே நின்றுவிட்டது. பல தடைகள், பிரச்சனைகள், எட்டு மாதங்கள் எந்த கட்டிட வேலையும் நடக்கவில்லை. இதற்கு இடையில் முதலில் எண்ணியிருந்த திருப்பணிக்கு தேவையான பொருளைப்போல பலமடங்கு பொருள் தேவைப்பட்டது.

நான் பயிற்சி வகுப்புகளுக்கு சென்று திருப்பணிக்கு அதிக பொருள் சேர்க்கவா? இல்லை திருப்பணி நின்று போனதற்கு காரணம் கண்டுபிடித்து சரி செய்யவா? வகுப்புகள் எடுத்தவர்கள் குறைகளை போக்கவா?, நான் நடத்தி வந்த பள்ளி என் கண்காணிப்பு இல்லாமல் தடுமாறியதை கவனிக்கவா? நான் எதை செய்வது? எந்தப் பக்கம் திரும்பினாலும் பிரச்சனைகள். விடிவுதான் எங்கே?

ஆனாலும் வகுப்புகள் மட்டும் நிற்கவில்லை அது ஓடிக்கொண்டிருந்தது. ஒரு நாள் தீர்மானமாக அமர்ந்தேன், எனக்கொரு பதில் கிடைத்தாக வேண்டும் என்று, ஏனென்றால் திருப்பூர், ஈரோடு மெயின் ரோட்டில் கோவில் கட்டிடப்பணி 16 தூண்கள் 8 தூண்கள் மட்டும் முடிந்த நிலையில் பணி நின்று போயிருக்க பார்த்தவர்கள் எல்லோரும் ஏதோ தண்ணீர் தொட்டிக்கு பில்லர் எழுப்பியிருக்கிறார்கள் என்று நினைத்து கேட்க ஆரம்பித்து விட்டார்கள். பலரின் எண்ணத்தில் கோவில் தண்ணீர் தொட்டியாக தெரிய ஆரம்பித்தது எனக்குள் வருத்தத்தைக் கொடுத்தது. அனால் அதற்கும் ஒரு விளக்கம் பின்னாளில் கிடைத்தது.

நான் அன்று சேலத்திலிருந்து திருப்பூர் புறப்பட்டுக் கொண்டிருந்தேன் அப்போது திடீரென்று ஒரு நபர் வந்து, இப்போது கட்டியிருக்கும் கட்டிடத்தில் ஈசானிய மூலையில் ஒரு இடத்தை உங்கள் கையால் சிறிது இடித்து விடுங்கள் மறுபடியும் திருப்பணி தொடங்கிவிடும் என்று கூறினார். சரியென்று அவ்வாறே செய்ய, தடைகள் நீங்கி காயத்ரி ஹோமம் நடத்தப்பட்டு மறுபடி திருப்பணி துவங்கியது.

இப்போது அன்னை வைகாசியில் கும்பாபிஷேகத்திற்கு நாள் குறித்து விட்டாள். இன்னும் நான்கே மாதங்கள், கோவில் கட்டிடப்பணி எப்படி முடியும்?

முடியும்! தள்ளிப் போடாதே இது அன்னையின் பதில்.

சரி அப்படியே நடக்கட்டும் என்று தலை அசைத்தேன்.

அன்னையின் சிலை, சப்த காயத்ரிகள் சிலைகள் எவ்வாறு இருக்க வேண்டும் என்று அன்னையை கேட்டபோது...

தன் சிலை பஞ்சலோகத்தில் இருக்க வேண்டுமென்றாள். சப்த காயத்ரிகள் மரத்தாலாக வேண்டுமென்றாள்.

சிலை பற்றி தகவல் சேகரித்து சிலை செய்யச் சொல்ல கும்பகோணம் புறப்பட்டபோது எதிபாராதவிதமாக என்னை தடுத்துவிட்டாள். பின் ஈரோடு நகருக்கு அழைத்துச் சென்று தான் உருவாகும் இடத்தைக் காட்டினாள்.

சிலை செய்பவர் முதலில் என்னை பலவிதமாக சோதித்தார். எல்லா பதிலும் காயத்ரியின் பதிலாகவே இருக்க அவர் மனம் தெளிந்தார், இருந்தாலும் அவர் கூறியது, நீங்கள் கூறியபடி அன்னைக்கு மூன்று கால்கள் கொண்டு சிலை வடிக்க வேண்டுமானால் அதற்கு ருசு வேண்டும் இல்லையென்றால் நான் அதற்கு பதில் அளிக்க வேண்டும் என்று அன்னையின் உருவத்திற்கு ருசு கேட்டார்.

வேதமாதா காயத்ரி தான் மூன்று கால்களுடன் இருப்பது போன்ற நிழல் படம் கிடைக்க வழிசெய்தாள். பிறகு என்ன? சிலை வடிப்பவர் திருப்தியுற்று பிரசன்னம் பார்க்க, அன்னை குடிகொள்ள இருக்கும் ஊர் பெரியபாளையமாக இருக்க இவளும் பெரியவளாகத்தான் வர விருப்பம் கொண்டிருக்கிறாள் என்று கூறினார். கிட்டத்தட்ட 5½ அடி உயரம் 4½ அடி அகலம் அமர்ந்தநிலை. உண்மையிலே பஞ்சலோகத்திற்கு இந்த அளவு பெரியதுதான் என்று தோன்றியது. இவ்வளவு பெரிய சிலை உருவாக்க குறைந்தது 6 மாதங்கள் தேவைப்படும் என்று சிற்பியார்

கூற, வைகாசியில் கும்பாபிஷேகம் என்று நாங்கள் கூற ஒருக்காலும் இயலாது என்று அவர் மறுத்தார். நீங்கள் வேலையைத் துவக்குங்கள் அவள் முடித்துக் கொள்வாள் என்று நான் கூறினேன். எனது நம்பிக்கையை பார்த்து அவரும் உடன்பட்டு வேலையைத் துவக்கினார்.

அன்னையின் சிலை வார்ப்பின் போது, அதிகாலை மூன்று மணிக்கு வரச்சொன்னார்கள் இரவு முழுவதும் பல உலைகளில் பஞ்சலோகம் கொதித்துக் கொண்டிருந்தது. அனால் பக்குவம் வரவில்லை, நாங்கள் ஸ்ரீ காயத்ரி மந்திரம் ஜபித்துக் கொன்டிருந்தோம். 24 மணிநேர காயத்ரி ஜபம் பஞ்சலோக உலோகத்திற்குள் இறங்கியது. மந்திர ஒலியினாலேயே ஸ்ரீ பஞ்சமுக காயத்ரி உருக்கொண்டாள்.

ஒருநாள் அதிகாலை நேரத்தில் ஜபம் செய்து கொண்டிருந்தபோது எனக்கு ஒரு கேள்வி எழுந்தது, கோவில் கட்டும் ஸ்தபதியார் கூறிய ஸ்ரீ காயத்ரி பீடத்திலிருந்து தன் உருவ மாதிரிக்கு நிழல்படம் பெற்றுத் தந்தவள் அந்த பீடத்தார் எழுப்பிய காயத்ரி கோவில் முழுமையடையாமல் பாதியில் நிறுத்தியது ஏன்?

இந்த கேள்விக்கு கோவில் கட்டும் ஸ்தபதியார் கூறியது நினைவுக்கு வந்தது. ஒரு குறிப்பிட்ட சமூகத்தினர் காயத்ரி பீடம் அமைத்து ஸ்ரீ காயத்ரி தேவியை தம் குலதெய்வமாக கொண்டுள்ளனர். அவர்கள் அமைக்கும் கோவிலில் அந்த சமூகத்தாருக்கு முன்னுரிமை அளிக்கப்படும். அது சமூக நியதி.

ஆனால் ஸ்ரீ காயத்ரி மந்திரமும், ஸ்ரீ காயத்ரி தேவியும் மனித சமுதாயம் மட்டுமல்ல இப்பிரபஞ்சத்திற்கே பொதுவான உயிர் சக்தியாவாள், அதனாலன்றோ தேவர்களும், ரிஷிகளும் அவள் மந்திரத்தை எப்போதும் ஜெபிக்கின்றனர். அவள் எப்படி ஒரு தனிப்பட்ட சமூகத்தினர் கீழ் வர முடியும்? அப்படி அவள் ஒரு

குறிப்பிட்ட சமூகத்தினர் கீழ் வந்தால் மற்றவர்களை நிராகரித்ததாக அல்லவா ஆகிவிடும். அதனால் ஆன்ம ஞானம் வேண்டிவந்த அனைத்து மக்களின் அதாவது இந்து, முஸ்லிம், கிறிஸ்து, பார்சி, பௌத்தம் ஆகிய அனைவரின் குருதட்சணையால் தான் உருவாகி அனைவருக்கும் பொதுவானவளாக இங்கு வந்து எழுந்தருளினாள். (சில வருடங்கள் கழித்து தமிழ்நாட்டில் தனியார் பீடத்தின் நின்று போயிருந்த காயத்ரி கோவில் திருப்பணி பூர்த்தியாயிற்று என்று செய்தி வந்தது) அன்னை மனது வைத்தாள் என்று புரிந்தது.

மூலவர் சிலைக்கான பணி தொடங்கி நடந்து கொண்டிருக்கிறது. இனி சப்த காயத்ரிகள், கோவில் கதவுகள் எல்லாம் செய்ய எங்கு செல்வது? அதற்கும் ஒரு செய்தி தெரிவிக்கப்பட்டது. உள்ளடங்கிய ஒரு கிராமத்தில் கோவில் தேர் வேலை செய்பவர்கள் இருக்கிறார்கள் அவர்களிடம் செல். புறப்பட்டுவிட்டோம். கிராமம் கிராமமாக வயல் வரப்பு மீது காரில் விசாரித்துக் கொண்டே சென்று ஒரு வழியாக ஒரு குக்கிராமத்தை அடைந்தோம். எனக்கு கார் ஓட்டிய என்னுடைய மாணாக்கனிடம் சிரித்தபடி கூறினேன். இதுதான் நீ வயல் வரப்பு மேல் கார் ஓட்டிய முதல் அனுபவமாக இருக்கும் என்றேன். என் சிரிப்பை பார்த்து அவனுக்கு சிறிது உயிர் வந்தது ஏனெனில் அவன் மிகவும் ஜாக்கிரதையாக வண்டி ஓட்ட வேண்டி இருந்தது, கரணம் தப்பினால் கார் வயலுக்குள் இறங்கிவிடும். சேற்றில் இறங்கிய காரை வெளியே எடுப்பது எப்படி? என்று பயந்தபடியே கவனமாக வண்டி ஓட்டுவதிலேயே இருந்தான். இப்போதுதான் அவன் சுதந்திரமாக மூச்சு விட்டான் என்று கூட சொல்லலாம்.

அந்த குக்கிராமத்தில் தலைமுறை தலைமுறையாக தேர் வேலை செய்பவர்கள், வீடும் பட்டறையும் ஒன்றாக இருந்த இடத்தை அடைந்தோம் அவர்கள் பட்டறையில்

நடக்கும் வேலையை பார்த்தபோது, ஏதோ அரசன் மஹாலுக்கு மரவேலை செய்து கொண்டிருப்பதைபோல அற்புதமான நமது இதிகாச செய்திகள் அடங்கிய சிற்ப கட்சிகள் கொண்ட பெரிய பெரிய தூண்கள், சுவற்றில் பதிக்கக்கூடிய படங்கள், மாடங்கள்... பிரம்மித்து நின்றேன்.

அவர்களிடம் பேசியபோது அவர்களே கதவுக்கு என்ன மரம் வேண்டும், சப்த காயத்ரிகளுக்கு என்ன மரம், தியானம் செய்யக்கூடிய ஆசன மரங்கள் பலவற்றையும் வகை பிரித்துக் கூறினார்கள். மரம் பற்றி எனக்கு என்ன தெரியும்! அதனால் அவர்கள் கூறிய அனைத்துக்கும் நான் தலையை மட்டும் ஆட்டினேன். கோவில் பிரதான கதவில் இருக்கக்கூடிய மாதாக்கள் யார்? என்று கேட்டபோது உண்மையிலேயே நான் விழித்தேன். இதற்கு நான் தலையாட்ட முடியாதே!

எனக்கு ஒன்றும் தெரியாது இங்கு வரச்சொல்லி உத்தரவு, வந்தேன் அவ்வளவே என்றேன்.

என் பதிலை கேட்டு அவர்கள் திகைத்து நின்றார்கள். இப்படி ஒரு பதில் வருமென்று அவர்கள் எதிர்பார்க்கவில்லை. என்ன செய்வதென்று தெரியாமல் இருசாராரும் ஒரு நிமிடம் அமைதியாக இருந்தோம்.

அப்போது வெளியே சென்றிருந்த அவர்கள் இல்லத்து முதியவர் வந்தார் எல்லா விவரங்களையும் கேட்டுவிட்டு, பெங்களூர் நகரில் மிகப்பெரிய சம்ஸ்கிருத பண்டித வித்வான் இந்து மதம் பற்றி பல நூல்களை ஆராய்ந்து பல புத்தகங்களை வெளியிட்டவர், எங்கள் சிற்ப வேலைப்பாடுகளுக்கு உறுதுணையாக இருப்பவர், அவர் தன் வீட்டையே கோவில்போல் கட்டிக்கொண்டிருக்கிறார், அவருடைய மஹாலுக்குத்தான் வேலைகள் நடக்கின்றன, அவரிடம் கேட்டுத்தெரிந்துகொள்கிறோம் என்றார். எனக்கு ஆச்சரியமாக இருந்தது, இத்தனை வேலைப்பாடுகள் தன்

வீட்டுக்காக! ஜன்மாந்திர வாசனையா ? என் கேள்வியில், அன்னை காயத்ரி சிரித்தாள்.

மரவேலைப்பாடுகள், சப்த காயத்ரிகள் பொறுப்பை அவர்களிடம் ஒப்படைத்துவிட்டு வைகாசி மாதத்திற்குள் தேவை என்ற போது அவர்களும் திகைத்தார்கள். அம்மா சிற்ப வேலைப்பாடுகள் சிலாகிக்கும் படி இருக்க வேண்டாமா? கும்பாபிஷேகத்தை கொஞ்சம் தள்ளிப் போடலாமே என்றார். நீங்கள் வேலையை ஆரம்பியுங்கள் அன்னைக்கு எப்போது தேவை என்று அவள் முடிவு செய்து கொள்ளுவாள் என்று கூறிவிட்டு புறப்பட்டு விட்டோம்.

இப்படி மனோ வேகமாக காரியங்கள் நடைபெற என்னுடைய பௌதிக உடல் அதன் வேகத்திக்கு ஈடுகட்ட முடியாமல் துவள ஆரம்பித்தது. அப்போது திடீரென்று ஒரு தொலைபேசி அழைப்பு திருவண்ணாமலை வரும்படி, உங்களுக்காக காத்திருக்கிறோம் என்று. புறப்பட்டுப் போன போது அங்கு கோவில் துவஜ ஸ்தம்பதிற்கு அருகில் இருந்த அழகான கன்றுக்குட்டி என்னை ஈர்க்க அதனோடு சென்று பேசிக்கொண்டிருக்க ஒரு பூசாரி என்னிடம் வந்து உங்களுக்காக காத்திருக்கிறோம் இறை தரிசனத்திற்கு செல்வோம் என்றார். பௌர்ணமி நாள் கூட்டம் வரிசை வரிசையாக இருக்க, இவர் எங்களை ராஜபாட்டை திறந்ததுபோல் நேராக கர்ப்பகிருக வாசலில் கொண்டுபோய் நிறுத்தினார். எவரும் எங்களை இடையில் நிறுத்தவில்லை. இவ்வளவு கூட்டத்தில் எங்களை எப்படி அடையாளம் கண்டு பிடித்தீர்கள் என்று கேட்டபோது , துவஜ ஸ்தம்பம் அருகே கன்றுக்குட்டியிடம் பேசும் நபர் என்று எனக்கு தெரிவிக்கப்பட்டது என்றார். எனக்கு ஆச்சரியமாக இருந்தது.

அண்ணாமலையாருக்கு அபிஷேக ஆராதனை நடந்து கொண்டிருந்தது. தரிசனம் முடிந்து சுற்று பிரகாரத்தில் அமர, அந்த பூசாரி "ஓம்" காரத்தை வெவ்வேறு தொனியில் ரீங்காரம் செய்ய, அப்படி ஒரு ஓம்கார நாதத்தை கேட்டதே இல்லை. அவரிடம் இதனை ஒலிநாடாவில் பதிவு செய்யவேண்டும் நீங்கள் சேலம் வாருங்கள் என்று விளிக்க அவர் கூறினார் இதுதான் முதல்முறையாக நானும் ஓம்காரத்தை இப்படி பாடியது இனி என்னால் முடியுமா என்றும் தெரியாது என்று கூறினார். பின்னர், சித்தர் தங்களுக்கு அளிக்குமாறு சில மூலிகைகள் எங்களிடம் கொடுத்துவிட்டு போயிருக்கிறார்கள், மதியம் குறிப்பிட்ட இடத்தில் குறிப்பிட்ட நேரத்திற்கு வாருங்கள் என்று கூறிச் சென்றுவிட்டார்.

பூசாரி கூறிய இடத்தில் சரியான நேரத்தில் நாங்கள் சென்றபோது மூலிகைசாறு மற்றும் சில மூலிகை தழைகளை கொடுத்து பருக சொல்லி, இனிமேல் மற்றவர்களின் கர்மவினையால் ஏற்படும் உபாதைகள் உங்களை பற்றாது என்று கூறினார். அன்று தொட்டு பயிற்சி வகுப்பில் மற்றவர்களின் கர்மவினைகளால் ஏற்பட்ட கஷ்டங்களை நான் ஏற்றுக்கொள்ளும்போது அது கஷ்டமில்லாமல் தானே சரியாகி சென்றது. இவ்வாறு சித்தர்கள் கூட கோவில் திருப்பணிக்கு தம் பங்கை ஆற்றினார்கள்.

ஒரு நாள் ஒரு மிகப்பெரிய ஸ்படிக கல்லை நான்கைந்து பேராக தூக்கிக்கொண்டு வந்தார்கள். ஸ்ரீ காயத்ரி பீடத்திற்கு கீழ் சுத்த ஸ்படிக கல் போடவேண்டும் கொண்டுபோய் கொடு என்று காயத்ரியிடமிருந்து உத்தரவு வந்தது, கல் எங்கே இருக்கிறது என்று கேட்டபோது உன் நண்பன் குவாரியிலிருக்கிறது என்று அன்னை காட்டினாள், சென்று எடுத்து வந்தேன், அன்னையை

ஸ்தாபிக்கும் இடத்திற்கு கீழே இதனை இறக்கி விடுங்கள் என்றார் ஒரு சேனல்.

நான் அந்த ஸ்படிக கல்லை பார்த்தேன். ஒரு பக்கம் சுத்த ஸ்படிகமாகவும், இன்னொரு பக்கம் ஸ்மோக்கி என்று கூறக்கூடிய பெண் சக்தி நிரம்பிய ஸ்படிகமாகவும் இருந்தது. அதாவது ஆண் பெண் இரண்டின் சக்தியும் அதிலிருந்தது. அதன் அழுக்குகளை நீக்கி அஷ்டதசபுஜ மகாலட்சுமி எழுந்தருளியிருக்கும் இடத்திற்கு கீழே வைத்து அதற்கு தினமும் மந்திர உருவேற்றினோம்.

பயிற்சி வகுப்புகள் ஒருபுறம், திருப்பணிகள் மேற்பார்வை ஒருபுறம் என்று காலில் சக்கரம்தான் கட்டிக்கொண்டிருந்தேன். ஒருவழியாக கோவில் திருப்பணி முடியும் கட்டத்திற்கு நெருங்கியது.

கும்பாபிஷேகத்திற்கான ஏற்பாடுகள் தொடங்கின. மறுபடியும் தியானத்தில் காயத்ரி தனக்கு பொதுமக்கள் மூலம் 108 ஹோம குண்டத்தில் ஸ்ரீ காயத்ரி ஜபம் வேண்டும் என்று கூறினாள். உத்தம குண்டமான 33 யாக குண்டம் சிவாச்சாரியர்களுக்கும், 108 ஹோம குண்டங்கள் சேனல்கள், பொதுமக்களுக்காகவும் ஜப ஹோமம் செய்ய முடிவு செய்யப்பட்டது.

அடுத்து கும்பாபிஷேகத்திற்கு யார் தலைமை? இது குறித்து அன்னையிடம் கேட்டபோது ஸ்ரீ காயத்ரி பீடாதிபதியிடம் சென்று கூறு என்ற பதில் வர, அவரை சென்று பார்த்தபோது மிகவும் வியந்தார். ஒரு நாள் முழுவதும் தன்னுடனே இருக்கச் செய்து, எல்லா விஷயங்களையும் கேட்டுக் கொண்டார். பின்பு திருப்பூரில் ஒரு தொழிலதிபர் பெயர் சொல்லி அவரை சென்று பாருங்கள், ஸ்ரீ காயத்ரி கோவில் கும்பாபிஷேகத்திற்கு தான் வருவது பற்றி அவர் கூறுவார் என்றார்.

நான் மிகவும் வருத்தப்பட்டேன். அன்னையிடம் கேட்டேன் ஏன் இப்படி? கோவில் நிர்மாணம் செய்துகொண்டிருப்பதால் நான் எங்கும் செல்வதில்லை, சந்யாசினி வாழ்க்கை, அப்படி இருக்க தொழிலதிபரை சென்று பார்க்கவா? உன் மகத்துவம் இந்த பீடாதிபதிக்கு தெரியவில்லையா? என்றேன்.

அன்னை கூறினாள், நீ யாரையும் சென்று பார்க்காதே, உன் பணி முடிந்தது மரியாதை நிமித்தம் பீடாதிபதியை சென்று பார்த்தாய், ஆனால் அவர்கள் உணர்ந்து கொள்ளவில்லை விட்டுவிடு என்று கூறிவிட்டாள்.

பின் யாரை வைத்து கும்பாபிஷேகம் நடத்துவது?

நீயே நடத்து, யாரெல்லாம் இந்த பணிக்கு உறுதுணையாக இருந்தார்களோ அவர்களை வைத்து நடத்து, எவரும் வேண்டாம் என்று உறுதியாக காயத்ரி தேவி கூறிவிட்டார்கள்.

அன்னை கூறியபடியே காயத்ரி யோகாஸ்ரம சேனல்களே முன்னின்று கும்பாபிஷேகம் நடத்துவது என்று முடிவானது.

எல்லாம் ஓட்டம்தான் நிற்க நேரமில்லை. பத்திரிகை அடித்துக் கொடுத்தாகி விட்டது. பொருள் தண்ணீராக செலவழிந்தது. கட்டிட செலவுகளுக்கு தாக்கு பிடித்த பயிற்சி வகுப்புகளால் வந்த குருதட்சணை பொருள் கும்பாபிஷேக செலவுகளுக்கு சிகப்புக் கொடி காட்டியது போல் பற்றாக்குறைக்குத் தள்ளியது.

தனக்கு ஒரு காரியம் நடத்தித் தர வேண்டிய ஒரு அன்பர், கும்பாபிஷேகம் முழுவதும் என் ஏற்பாடு என்ற வாக்கு பலிதமில்லாமல் போனது. அவருக்குக் கிடைக்க வேண்டிய தொகை தவறிவிட்டது. அதனால் கும்பாபிஷேக செலவுக்கு கைக்கு வரவேண்டிய பொருள்

வராமல் நின்று போனது. நான் உறைந்து போனேன். 250 சிவாச்சாரியர்கள், 5 நாள் கும்பாபிஷேகம், 141 ஹோம குண்டங்கள், மயிலாட்டம், ஒயிலாட்டம், யானை, குதிரை, வாண வேடிக்கை எல்லாம் சொல்லியாகி விட்டது. ஆனால் பொருள்?

தாமரை கோவிலின் 16 இதழ் தியான மண்டபத்தின் மர ஆசனத்தில் அமர்ந்து மனம் குமைந்தேன். கண்களில் கண்ணீர் தாரை தாரையாக வழிந்தது. தாயே இது என்ன சோதனை? ஏன் இந்த விளையாட்டு? எல்லாவற்றையும் செய்துவிட்டு இப்போது பேசாமல் இருந்தால் நியாயமா? என் வேண்டுகோள் அவள் காதில் விழுந்ததா?

ஆம் விழுந்தது!

திருப்பூர் நகரில் இருந்த எங்கள் சொந்த பள்ளிக்கூட கட்டிடம் விலை பேசப்பட்டது. 25 லட்சம், உடனடி கிரயம், தேவையை அறிந்து அடிமாட்டு விலை பேசினார்கள் ஆனால் அன்னை விடவில்லை அதே விலைக்கு முடித்தாள். "உடுக்கை இழந்தவன் கைபோல் ஆங்கே இடுக்கண் களைவதாம் நட்பு" என்பது மூத்தோர் வாக்கு. ஆனால் என் இடுக்கண் களைந்ததோ என் குடும்பம்.

கும்பாபிஷேகத்திற்கு கோவில் தயாரானது. மின் விளக்குகளால் கண் சிமிட்டிய கோவிலை கண்டவர்கள் இது தேவலோகமோ என்று வியந்தார்கள். கோபுரம் தங்க நிறத்தில் தக தகக்க, தாமரை வடிவம் வண்ண விளக்குகளால் வெண் தாமரையாக, சிவந்த தாமரையாக, ஊதா நிறத்தில் ஆகாய தாமரையாக மாறி மாறி ஒளிர்ந்தது.

முதல் யாகசாலை பூஜைகள் நடந்தேறின. ஒரு பனைமர அளவு கொடும்பாவி கட்டி எரித்து கோவிலை சுற்றி கொண்டுசென்றார்கள். கோவில் கட்டுமான

திருப்பணி நடக்கும்போது ஏற்பட்ட அபச்சாரங்களை இந்த கொடும்பாவி எரிப்பு சமன்செய்யும் என்பது ஐதீகம்.

யாகசாலையில் பூஜை செய்த சிவாச்சாரியார்கள், யாராவது நான்கைந்து பேர் யாகசாலையில் உறங்குங்கள், நாய் ஏதாவது யாகசாலை உள்ளே சென்று விடக்கூடாது என்று சொல்லிவிட்டு வேறு இடத்தில் உறங்கச் சென்றுவிட்டனர். யோகாஷ்ரம சேனல்கள் சிலபேர் யாக சாலையில் உறங்கினார்கள். நானும் மற்றவர்களிடத்தில் பார்த்துக்கொள்ளச் சொல்லிவிட்டு எங்கள் வீட்டிற்கு புறப்பட்டுவிட்டேன்.

எங்கள் வீடு கோவிலிலிருந்து ஏழு கிலோமீட்டர் தொலைவில் திருப்பூர் நகருக்குள் இருக்கிறது. வீட்டிலிருந்த எனக்கு இரவு முழுவதும் உறக்கம் வராது, ஏதோ சங்கடம் ஏற்பட, விடியற்காலை 2 மணிக்கு குளித்து முடித்து கோவிலுக்கு தனியாக காரை ஓட்டிச்சென்றேன். கோவிலை அடைந்தபோது, அம்மா வருகிறார்கள் என்று ஓடி வந்தவர்களை ஒதுக்கி கால்நடையாக சுத்திகரிப்பு பூஜை முடிந்த யாகசாலையை சுற்றி நடக்கத் துவங்கினேன். என்னை சுற்றியிருந்தவர்கள் என்னில் கண்ட மாற்றத்தை கண்டு ஒதுங்கி நின்றார்கள். மெதுவாக பின்தொடர்ந்தார்கள். பத்துஅடி அதற்கு மேல் அவர்களால் நடக்க முடியவில்லை அங்கேயே நின்று விட்டார்கள்.

நான் நடந்தேன். அங்கே நானா? இல்லை. என் சூட்சும உருவம் உயர உயர வளர்ந்திருந்ததும், கையில் சூலாயுதம் இருந்ததும், ஒவ்வொரு அடியும் இடியாக மண்ணில் இறங்கியதும் நான் உணர்ந்தேன். யாகசாலையை சுற்றி வந்து கோவில் முன்புறம் ஒரு நாற்காலியில் அமர்ந்து அழைத்தேன்.

இரவில் யாரெல்லாம் யாகசாலையில் படுத்திருந்தீர்கள்? எல்லோரும் இங்கே வாருங்கள் என்றேன்.

ஐந்து சேனல்கள் வந்தார்கள்.

உடலில் ஏறியுள்ள எல்லாவற்றையும் விலக்குங்கள் என்று கூறினேன்.

எல்லோரும் தங்களை மந்திரங்களால் சுத்தம் செய்து கொள்ள, ஒருவர் மட்டும் பூமியை விட்டு மேலே இரண்டு அடி தாமாக உயர்ந்தார், பின் குரல் கொடுத்தார், அம்மா என்னை காப்பாற்றுங்கள் என்று, அவர் உடல் அந்தரத்தில் பந்து போல் எம்பி எம்பி குதித்தது.

“ஹும்” என்ற ஒரு ஹும் ஹாரம் என் தொண்டையிலிருந்து புறப்பட்டு வெளிப்பட்டு அவர் மீது தெறிக்க, அவர் சரிந்து பூமியில் விழும்முன் தாவி வந்து என் மடிமீது வீழ்ந்து விம்மினார்.

அவர் தலையை ஆதரவாக கோதி, ஒன்றுமில்லை போய்விட்டது என்று ஆசுவாசப்படுத்தியும், அவர் பயம் தெளிவதாகக் காணோம். என் கழுத்தில் நான் எப்போதும் அணிந்திருக்கும் ஸ்படிக மாலையை அவர் கழுத்தில் போட்டு, போ இனி இது உன் கூட இருந்து உன் பயத்தை போக்கும் என்று கூறியவுடன் பயம் தெளிந்தார். அந்த ஸ்படிக மாலையில்தான் நான் காயத்ரி மந்திர ஜபம் செய்வேன். லட்சக்கணக்கான காயத்ரி மந்திர ஜபத்தால் உருவேறியது அது.

5 நாள் கும்பாபிஷேகத்தில் முதல் நாள் யாகபூஜை சுத்திகரிப்புக்கானது. சுத்திகரிப்பு பூஜைகள் நடக்கும்போதும் அது முடிந்த பின்பும் கோவில் திருப்பணி நடந்தபோது அந்த பூமி, கட்டிட வேலை. சிற்ப வேலை நடந்தபோது அதிலிருந்து வெளிவந்த சூட்சம அழுக்குகள் அனைத்தும்

வெளிவந்து அங்கிருந்து அகலும். அதற்காகவே அந்த பூஜை நடக்கும். பூஜை முடிந்த பிறகு வெளி வந்த அழுக்குகள் மற்றவர் உடலிலும் புகுந்து கொள்ள வாய்ப்புக்கள் இருக்கிறது. இந்த அழுக்கு சக்திகள், அங்கு தங்கியிருந்த அல்லது கோவில் கட்ட முன்னோடிகளாக இருப்பவரிடம் சென்று தங்கிவிடும். அவர்களுக்கு பின்னாளில் துன்பம் ஏற்படும்.

யாகம் செய்பவர்கள் அதாவது சிவாச்சாரியர்கள் இதை அறிவார்களா? வேதங்கள் மூலம் கற்றுக் கொண்டார்களா? இல்லை புரியாமலே தமக்கு தற்காப்பு செய்து கொள்கிறார்களா? யாகம் முடிந்தபிறகு மற்றவரை அங்கு இருக்கச் சொல்லிவிட்டு அவர்கள் அந்த இடத்தைவிட்டு அகன்று விடுகிறார்கள். இப்படி ஏதோ ஒரு விதத்தில் தன்னை மட்டும் தற்காத்துக் கொள்வது கற்றவர் செய்யும் காரியம் அல்ல. ஒன்று அந்த தேவை இல்லாத சக்திகளை அங்கிருந்து விலக்கி இருக்க வேண்டும், இல்லை அன்று இரவு அங்கு யாரும் இல்லாமல் விலகி இருக்க அறிவுறுத்தி இருக்கவேண்டும். இரண்டும் நடக்கவில்லை. யாகசாலையில் தங்கி இருந்தவர்கள் ஸ்ரீ காயத்ரி யோகாஷ்ரமத்தில் கற்றுக்கொண்ட பயிற்சி ஞானத்தால் அந்த துன்பத்திலிருந்து வெளிவர முடிந்தது இல்லையென்றால் சிரமம்தானே. நற்காரியங்கள் செய்பவர்களுக்கு துன்பம் நேருவதை தடுக்காவிடில் நற்காரியங்கள் உலகில் அற்றுவிடுமே.

“விஷயம் அறிந்தவர்கள் மற்றவர்களையும் பாதுகாக்க வேண்டும். இல்லையென்றால் அதன் பாவம் அவர்களையே சாரும்” இதை நான் கூறவில்லை காயத்ரி தேவி என்னை எழுத வைத்தாள்.

தொடர்ந்து யாக சாலை பூஜைகள் நடந்து கொண்டே இருதது.

தாமரை திருக்கோவில் வரலாறு

ஈரோட்டிலிருந்து சிற்பியார் வீட்டில் பூஜை முடிந்து பஞ்சலோக ஸ்ரீ பஞ்சமுக காயத்ரி, பாலவிநாயகர், பாலமுருகர் சிலைகள், இதனோடு கோபுர கலசம் தங்கமாய் தகதகத்து கொண்டே கோவிலுக்கு வந்து சேர்ந்தது. அன்னையை கண்ட அனைவரின் கண்களும் அவளிடமே ஒட்டிக்கொண்டன. அவள் ஆக்ருதியை பார்த்த விழிகள் இமைக்க மறந்தன.

அன்னையை இறக்கி கர்ப்பகிருகத்திற்குள் கொண்டு செல்ல கிரேன் மூலம் முயற்சிகள் நடந்து கொண்டிருந்தது. 30 அடி தூரம் அன்னை அங்குலம் அங்குலமாகத்தான் முன்னே நகர்ந்தாள். விடிய விடிய முயற்சிகள் நடந்து கொண்டிருந்தது. மறுநாளோ பாட்டிமை நாள், அந்த நாளில் அம்பாள் கொலு கொள்ளக்கூடாது. நாங்கள் தவித்துக் கொண்டிருந்தோம். ஒரு மணி நேரமே இருக்கிறது அன்னையோ பாதி தூரமே கடந்திருந்தாள். கடைசியில் ஆயிரம் யானை பலமா என்ன? மள மளவென்று கர்ப்ப கிருகத்திற்குள்ளே நுழைந்தாள்.

அன்னையின் பீடத்தின் கீழ் சுத்த ஸ்படிகம், ஸ்படிக லிங்கங்கள், மகாமேருக்கள், ஸ்படிக கணபதிகள், நவரத்தினங்கள் எல்லாம் குவியலாக இறங்கின. அன்னை சென்று ஆரவாரமாக சரியான நேரத்தில் கர்ப்பகிருகத்தில் அமர்ந்தாள். பந்தனம் செய்து பூஜைகளும் தொடங்கின.

கும்பாபிஷேகம் குதூகலமாக நடந்தது. ஒவ்வொரு பூஜைகளிலும் அந்தந்த தெய்வங்களின் சூட்சம சக்திகள் வந்திறங்கியது உணர முடிந்தது. கணபதி தாளம், சிவ தாளம், அம்பிகை ஆராட்டு என்று அதற்குரியவர்கள் பூரித்து பூரித்து பாடிய போது அவர்களுக்கும் மக்களுக்கும் ஏற்படும் மகிழ்ச்சியை காணமுடிந்தது. ஸ்ரீ காயத்ரி என்றாலே சிறிது பயம் கலந்த பக்தி எல்லோரிடமும் தென்பட்டது. அவள் கோவில் கொண்டுள்ளாள் அதில்

நம் பங்கு என்று எல்லோரும் போட்டி போட்டுக்கொண்டு செயல்பட்டது தெரிந்தது.

வேத கோஷங்கள் முழங்க, கருடன் சுற்றி வர மழை தூறல் சிதற வானவரும், ரிஷிகளும் வந்து வாழ்த்துவது போல் வாய்க்கப் பெற்றது கும்பாபிஷேகம். மக்கள் வெள்ளம் கூட்டம் கூட்டமாக அன்னையை தரிசித்த வண்ணம் இருந்தனர்.

சிலருக்கு வியப்பு ! எப்படி இப்படி ஒரு திடீர் தோன்றல், எந்த மடமும் இல்லாமல் எந்த அரசியல் துணையும் இல்லாமல் ஒரு தொழிலதிபர் பங்கு, பொதுமக்கள் நன்கொடை இல்லாமல் தனக்குத்தானே ஒரு பெண்ணை கருவியாக்கி கோவில் கொண்டாள் அன்னை. இது எதன் பொருட்டு? அப்போது அதற்கு யாருக்கும் பதில் கிட்டவில்லை. ஆனால் பிற்பாடு எனக்கு பதில் கிட்டியது.

வெற்றுக் காகிதத்தில் எழுதினால்தான் எதனையும் தெளிவாகப் படிக்க முடியும். ஏற்கனவே எழுதியிருப்பதின் மேல் புதியது எழுதும்போது விஷயம் தெளிவாகத் தெரியாது. பழையதும் புதியதும் கலந்து குழப்பமாகத் தென்படும். அதனால் வெற்றுக் காகிதமாக இருந்த என்மேல் அன்னை தனக்குத் தேவையானதை எழுதிக் காட்டினாள் அது தெளிவாக எல்லோருக்கும் தாமரை கோவிலாக காட்சியளித்தது. அதுமட்டுமல்ல பின் நாளில் இல்லறம் நல்லறமாகவும், நல்ல வாரிசுகளை உருவாக்கும் மார்கமும் ஸ்ரீ வித்யை என்ற ஞானத்தை என் மேல் எழுதி மக்கள் அதனை எளிதாக உள்வாங்க வழியும் செய்தாள்.

கும்பாபிஷேகம் முடிந்து நாற்பத்து எட்டு நாள் மண்டலாபிஷேகம் முடிந்து ஆவணி திருநாளில் லட்சார்ச்சனையும், விசேஷ பூஜைகளும் மூன்று நாட்கள் அன்னைக்கு உவப்பை கூட்டியது. அன்னைக்கு குங்குமா

அர்ச்சனை செய்து கொண்டிருந்த அர்ச்சகர்கள் கூறினார்கள், அம்பாள் தன் பாதத்தில் விழும் குங்குமத்தை, பாதத்தை அசைத்து கீழே தள்ளி விடுவதை தாங்கள் உணர்ந்ததாக கூறினார்கள். இதனை உயிரோட்டமா? என்று வியந்து வியந்து ஆனந்தித்தார்கள். அன்னையை சுற்றி சண்பக பூ வாடை எப்போதும் நிரந்தரமாக வீசுவதை உணர முடிந்தது. அன்னைக்கு எல்லா தினங்களும் விஷேச தினங்கள் ஆனது.

நவராத்திரி திருநாளில் எல்லா தெய்வங்களாக ஒவ்வொரு நாளும் காட்சியளித்தாள். அப்போது புரிந்தது எல்லா தெய்வங்களுக்கும் இங்கிருந்து ஸ்ரீ காயத்ரி தேவியிடமிருந்து சக்தி செல்கிறது. உயிர்சக்தி தானே எழுந்து மற்றவர்க்கும் உயிர் கொடுத்ததோ என்ற வண்ணம் இருந்தது. யோகாஷ்ரமத்தில் பயிற்சி எடுத்தவர்கள் அனைவரும் இதனை உணர்ந்தனர்.

கோவில் வெளிப் பிராகாரம் எண்கோண வடிவிலிருக்கிறது அஷ்டமாதாக்கள் 8 திசைகளில் இருந்து கொண்டு பெற்ற மக்களை காப்பது போல் நம்மை காக்க அங்கே சூட்சுமமாக குடி கொண்டுள்ளனர். அதனை ஒட்டி நீலநிற தண்ணீர் அகழி, அதனை தாண்டி கோவிலின் பிரதான வாசல் கதவில் எண் திசைகளில் சூட்சுமமாக இருக்கும் அஷ்டமாதாக்கள் ஸ்தூலமாக சிற்ப வடிவில் இருக்கிறார்கள். அவர்கள் திருநாமம் பிராஹ்மி, வைஷ்ணவி, மாஹேஸ்வரி, கௌமாரி, வாராஹி, இந்திராணி, சாமுண்டி, மகாலட்சுமி ஆகும்.

மகாமண்டபத்தின் 16 தாமரை இதழ்களில் மக்கள் வாழ்க்கைக்குத் தேவையான 16 ஐஸ்வர்யங்களின் சக்தி (கல்வி, தனம், தானியம், அழகு, புகழ், பெருமை, இளமை, அறிவு, மக்கட்பேறு, நோயின்மை, வலிமை, துணிவு, வாழ்நாள், வெற்றி, நல்லூழ், நுகர்ச்சி)

உருவேற்றப்பட்டுள்ளது. ஒவ்வொரு இதழிலும் மர ஆசனங்கள் அமைந்திருக்கிறது. அதில் அமர்ந்து தியானிப்பவர்கள் அந்தப் பேற்றினை பெற்று மகிழ அன்னை ஆவன செய்கிறாள்.

பஞ்சபூதங்களிலான மனித உடல், மனம், புத்தி, சித்தம், அகங்காரம் இவைகளை கடந்து இதயகுகையில் நுழைந்து தேடும் மனிதனுக்கு சுயம் பிரகாசமாக இறைவன் அவனுக்குள்ளே தென்படுவான் என்பது ஆன்மீக அனுபூதியர் கூற்று. இதை எளிதாக விளங்கிக்கொள்ளும் முகமாக அர்த்த மண்டபத்தில் சப்த காயத்ரிகள் அமைந்திருக்கிறார்கள்.

மனித வாழ்க்கைக்குத் தேவையான ஏழு சக்திகள், ஆத்மசக்தியாக கணபதி, ஆக்க சக்தியாக பிரம்ம, காக்கும் சக்தியாக விஷ்ணு, அழிக்கும் சக்தியாக ருத்ரர், கடமை சக்தியாக ராமர், சரணாகதி சக்தியாக கிருஷ்ணர், செல்வசக்தியாக வெங்கடேசர் இவர்கள் பெண் ரூபத்தில் தனித் தனியான அறைக்குள் குடிகொண்டுள்ளார்கள்.

முதல் அறைக்குள் தனியாகச் சென்று பூமியில் நிலையாக கால்களைப் பதிக்க, நீர் திவலைகள் கால்கள் மீது பூந்தூரலாக தூவுகிறது, காற்றாய் கணபதி காயத்ரி மந்திரம் காதில் கேட்கிறது, அக்னியின் மெல்லிய வெப்பம் தோன்றுகிறது, காலை சூரியன் போல கண்கள் முன்னே ஒளிபரவ அதனுள்ளே நிற்பவர் நிழல் தெரிகிறது. அந்த நிழலினுள்ளே கணபதி காயத்ரி தேவி திருவுருவம் தெரிகிறது.

ஏழு அறைகளுக்குள்ளும் சப்த காயத்ரி தேவிகள் காண்பவர் உருவத்திற்குள் காட்சியளிக்கிறார்கள். அவர்களின் மந்திரங்களும் ஒலிக்கின்றன.

இறைவன் தனக்குள்ளே இருக்கிறான் என்ற ஞானத்தை உணர்த்தும் "தத்துவமசி" உபநிஷத் மஹா வாக்கிய விளக்கம் பாமரருக்கும் எளிதாய் விளங்குகிறது.

கர்ப்பகிருகத்தின் முன் பாலகர்களாக கணபதியும், முருகரும் அமர்ந்து புன்னகை புரிகின்றனர்.

கர்ப்பகிருகத்தில் பிந்து ஸ்தானத்தில் வேத மாதா என்றும் மந்திர ஸ்வரூபிணி என்றும் அழைக்கப்படும் ஸ்ரீ காயத்ரி தேவி, தாமரை கோவிலில் ஸ்ரீ பஞ்சமுக காயத்ரி தேவி என்று நாமம் கொண்டு தன்னை தொழுபவர்களுக்கு சௌபாக்கியத்தோடு முக்தியையும் கொடுக்க சர்வ மங்களாவாய் அமர்ந்திருக்கிறாள்.

கோவிலுக்கு வந்து தொழுத சில ஆன்மீக அன்பர்களுக்கு ஏற்பட்ட சக்தேகம்...

கோவிலில் துவஜ ஸ்தம்பம் இல்லை, பலிபீடங்கள் இல்லை, துவார பாலகிகள் இல்லை, ஆண் சக்திக்கு தனி சன்னதி இல்லை, இது என்ன ஆகம விதிக்கு ஆட்படாமல்? என்ற அவர்களின் சந்தேகக் கேள்விக்கு விடை இதோ...

தனக்குதானே தோன்றிய அன்னை ஸ்ரீ பஞ்சமுக காயத்ரி தேவி பதிபத்னியாவாள். அவள் இரண்டற்ற ஒன்றான ப்ரஹ்ம ஸ்வரூபிணி. எல்லா தெய்வங்களுக்கும் காயத்ரி மந்திர உயிரானவள். உயிருக்கு ஏது ஆண் பெண் பேதம். அவளை இரண்டாக பார்ப்பதும், ஆண், பெண் என்று பௌதிக உறவு போல் பிரிப்பதும் அவளுக்கு இணக்கமில்லை. ஆகையால் இவள் கோவிலிலும் பேதங்கள் இல்லை. இத்தாமரை திருக்கோவில் அன்னை கூறியது போல் நிர்மாணிக்கப்பட்டதனால் இதனை நிகம விதிகளாகவும் கொள்ளலாம்.

இப்போது ஆன்மீக அன்பர்கள் சந்தேகங்கள் தெளிந்து மனம் சாந்தம் கொண்டனர்.

அன்னையை தரிசிக்க மக்கள் வந்தவண்ணம் இருந்தார்கள். அவர்களில் ஞானமுள்ளவர்கள் பலர் கோவில் ஸ்ரீ சக்கர வடிவாயிருப்பதை உணர்ந்து கூறிய போது அன்னையின் அற்புதத்தில் மனம் கரைந்தேன்.

கோவில் பற்றி விளக்கங்களை புத்தகத்திற்காக, கோவில் வடிவமைப்பு ஸ்ரீ சக்கரத்திலிருந்து தொடங்கியது அன்னையின் ஆக்ஞையேயாகும்.. அதுமட்டுமல்ல ஸ்ரீ சக்கரத்தின் பூபுரம், அஷ்டமாதர், வட்டங்கள், 16 தளங்கள், 8 தளங்கள், எல்லாம் தாமரை கோவிலில் இருக்கிறது ஆனால் . ஸ்ரீ சக்கரத்தின் நடுவிலிருக்கும் 43 கோணங்கள் எங்கே? என்ற கேள்வி எனக்குள் எழுந்த போது...

என் அறையில் கோவில் வரலாறு எழுதிக் கொண்டிருக்கும் என் மேஜைக்கு எதிரே இருந்த மரத்தாலான ஸ்ரீ பஞ்சமுக காயத்ரி தேவி சிலையில் அவளே பிந்துவாகவும் அவளில் 14 சம்ப்ரதாய யோகினிகள், 10 குலோத்தீர்ண யோகினிகள், 10 நிகர்ப்ப யோகினிகள், 8 ரகசிய யோகினிகள் குடி கொண்டு மொத்தம் 1 + 42 = 43 கோணங்களும் பிரதிபலிக்க அதைக் கண்டு பிரம்மித்து ஒரு நிமிடம் நானும் சிலையாகி விட்டேன்.

கோவிலில் வைக்க சப்த காயத்ரிகள் மரத்தால் செய்தபோது சம்பூர்ண காயத்ரியும் உருவாக்கி-யிருந்தார்கள். கோவிலில் சப்த காயத்ரிகள் குடிகொள்ள, சம்பூர்ண காயத்ரி மட்டும் நான் இருக்கும் இடத்தில் பூஜை கொண்டு வருகிறாள்.

என்னே அவள் விளையாட்டு? ஊனக்கண் கொண்டு பார்க்கும் மூடர்காள், ஞானக்கண் கொண்டு காணுங்கள் என்ற சித்தரின் வாக்கு என் செவியில் விழுந்தது.

கோவிலில் ஸ்ரீ பஞ்சமுக காயத்ரி குடிகொண்டு மக்களை தன் அருட்பார்வையால் கடாச்சித்துக் கொண்டிருந்தாள். கோவிலில் என் பணி முடிந்தது. மறுபடியும் நான் குடும்ப வாழ்வுக்கு திரும்ப நினைக்க அது இயலவில்லை, காரணம் இந்த இடைப்பட்ட காலத்தில் குடும்பம் வேறு நான்வேறு என்ற ஞானம் தெளிந்திருந்தது. அதனால் மறுபடியும் மக்களுக்கு ஞான மார்கம் போதிக்கத் தயாரானேன். அவ்வப்போது வருபவர்களுக்கு பயிற்சிகள் கொடுத்து அதன் பொருளை கோவில் பணிகளுக்காக செலவிட்டு வந்தேன்.

மறுபடியும் ஒரு ஆழ்ந்த தவ வாழ்வு எனக்கு ஏற்பட்டது. அதில் வெளிப்பட்டதுதான் ஸ்ரீவித்யை ஞானம். அதில் உலகம் தோன்றக்காரணமான அனைத்தும் என் ஞானத்தில் பளிச்சிட்டன. நல்ல ஆத்மாக்கள் உலகில் தோன்ற வேண்டும் அதற்கு தகுதியான சூழ்நிலைகளை உருவாக்க வேண்டும் என்று தோன்றியது. அன்பு ஒன்று மட்டுமே பிரதானமாக கொண்டு இல்லறம் அமையவேண்டும். உண்மை இல்லறம் பற்றி மக்களுக்கு போதிக்க மறுபடியும் எனக்கு பணி வந்து சேர்ந்தது. அது ஸ்ரீவித்யை பயிற்சி வடிவில் மக்களிடம் சென்று சேர்ந்தது.

இதற்கு இடையில் நான் கோவில் வரலாறு புத்தகம் எழுதினேன் ஆனால் அது அச்சிடப்படாமல் அப்படியே அமைதியானது. பலமுறை முயன்றும் முடியவில்லை.

ஸ்ரீவித்யை பயிற்சியில் நானும் அமிழ்ந்து விட்டேன். தொடர் பயிற்சிகளும், மற்ற காரியங்களும் என்னை காணாமல் அடித்தன. பல நூறு மக்களுக்கு ஸ்ரீவித்யை பயிற்சி கொடுத்து அவர்கள் நல்ல பலனும் எடுத்தாகி விட்டது. இனி அந்த அனுபவம் கொண்டு ஸ்ரீவித்யை பயிற்சியை புத்தகமாக எழுது என்ற ஆணை அன்னையிடமிருந்து 2013 ம் ஆண்டு நவராத்திரி

நன்னாளில் வந்தது. ஸ்ரீவித்யை புத்தகத்தில் ஓர் இடத்தில் ஸ்ரீ பஞ்சமுக காயத்ரி தேவியின் கோவில் வரலாறு புத்தகமாக வெளிவர இருக்கிறது என்ற ஒரு செய்தி எழுதப்பட்டது.

ஒ! அன்னை இப்போதுதான் கோவில் வரலாற்றுப் புத்தகத்தை வெளியிட உத்தரவு கொடுத்திருக்கிறாள் என்று புரிந்தது. ஸ்ரீ வித்யை புத்தகம் எழுதி ·முடிக்க ஒரு வருடம் ஆனது. இப்போது அது மக்களிடம் பரவிக் கொண்டிருக்கிறது.

கடந்த பன்னிரெண்டு வருடங்களாக அன்னை அனைவரையும் ஆட்கொண்டு வருகிறாள். அதிசயங்கள், ஆச்சரியங்கள் அன்றாட நிகழ்ச்சியாகிறது. எல்லா நாடுகளிலிருந்தும் பக்தர்கள் இவளை நாடி வருகிறார்கள். இவளும் அவர்களுக்கு வேண்டியதை கொடுக்கிறாள். என்னையும் ஞானக்களஞ்சியமாகி மற்றவர்களுக்கு அதை பகிர வைக்கிறாள்.

அன்னையின் விளையாட்டுக்கு அளவேயில்லை. தன் கோவில் புனருத்தாரண நிமித்தம் அவள் காட்டிய அற்புதங்கள் அடுத்த அதிகாரத்தில் தொடருகிறது.

தாமரை திருக்கோவில்
புனருத்தாரணம்

திருப்பூர் நகரில் ஸ்ரீ பஞ்சமுக காயத்ரி தேவி தாமரை கோவிலில் ஸ்தூலமாக குடிகொண்டு மக்களுக்கு நன்மைகள் புரிந்துவர, அவளே சூட்சமமாக சேலத்தில் என் மூலமாக ஞானத்தை மக்களுக்கு வழங்கிக் கொண்டிருந்தாள். என் பதினைந்து வருட அனுபவங்களை ஞானமாக்கி மக்களுக்கு புத்தக வடிவில் தர என்னை வழி நடத்திக்கொண்டிருந்தாள். இரண்டு வருடங்கள் நான் புத்தகம் எழுதுவதில் என் நேரம் அதிகமாக செலவழிந்து கொண்டிருந்தது. இடையிடையே பயிற்சி வகுப்புகள் நடந்தன.

2014 ஜூன் மாதம் மத்தியில் சேலத்திலிருந்த எனக்கு திருப்பூரிலிருந்து திடீரென்று ஒரு அழைப்பு, சென்று பார்த்த போது அன்னை காயத்ரி தேவி மஹா உக்கிரத்தில் இருந்தார்கள்.

ஐயர் செய்யும் அன்றாட பூஜைகளுக்கு, பொதுமக்கள் தரிசனத்திற்கு தடா...

சரியென்று பொதுமக்களுக்கு அனுமதி மறுத்து ஐயரை தவிர்த்து நானே தினமும் பூஜை செய்தேன்.

மெதுவாக அன்னையை சமாதானப்படுத்தி இன்னும் எதனை நாள் இப்படி யாரும் உன்னை பார்க்காமல் இருப்பது ? என்ன செய்ய வேண்டும் பதில் கூறு என்றபோது

"நான் தியானத்தில் இருக்க விரும்புகிறேன் யாரும் என்னை தொந்தரவு செய்யக்கூடாது" என்றார்கள்.

சரியென்று சிலநாட்கள் கழிந்தன. பூஜை புனஸ்காரங்கள் தவிர்த்து ஆன்ம ஞானத்திலிருந்த எனக்கு அன்னைக்கு தினமும் பூஜை செய்வது ஏனோ சங்கடப்படுத்தியது. அதன் விளைவு... மறுநாள் காலை பூஜை செய்ய போனபோது நன்றாக இருந்த என் கால் மூட்டு வலியால் நடக்க முடியாமல் போனது.

எல்லா பூஜையும் நின்று போனது. தீபம் மட்டும் அன்னைக்கானது. இப்படியே சில நாட்கள் போனது. கோவிலுக்கு வரும் மக்கள் கேள்விகளுக்கு பதில் கூற இயலாத தவிப்பில் சிலநாட்கள் போனது.

இவ்வளவு நாட்கள் ஏகாந்த தியானத்தில் அன்னை சிறிது சமாதானம் அடைந்திருந்தாள். நான் மெதுவாக இனி என்ன செய்வது என்று அவளிடம் கேட்டேன்.

அன்னைக்கும் எனக்கும் நடந்த பரிவர்த்தனைகளை அப்படியே உங்கள் முன் வைக்கிறேன் நீங்களும் அதை கேளுங்கள்...

அன்னை : எனக்கு தியானம்தான் சரியானது என்று உனக்கு தெரியுமல்லவா, அதனால் இனி மக்கள் காண எனக்குப் பூஜைகள் வேண்டாம். எவரும் என்னிடம் வந்து மணி அடித்தது அர்ச்சனைகள் செய்யக்கூடாது.

நான் : சரி எனக்குப் புரிகிறது அம்மா, ஆனால் சாமானிய மக்கள் உன்னை பூஜிக்க விருப்பப்படுவார்களே, அவர்களுக்கு என்ன பதில் கூறட்டும்.

அன்னை : வேறு யாரையாவது ஸ்தாபித்து பூஜை, புனஸ்காரங்களை செய்துகொள். எனக்கு வேண்டாம்.

நான் : சரி யாரை ஸ்தாபிப்பது தாயே.

அன்னை : யாரையாவது வைத்துக்கொள்

நான் : இப்படி சென்னால் எப்படி? யாரென்று நீயே சொல் செய்கிறோம்.

அன்னை : அதுதான் அடிக்கடி லக்ஷ்மி குபேரர் பூஜைக்காக இங்கு வருகிறார்களே அவர்களையே ஸ்தாபித்து பூஜை செய்துகொள்

நான் : லக்ஷ்மி குபேரரையா அமைக்க? சரி எங்கு அமைக்க?

அன்னை : லக்ஷ்மிக்கான வடகிழக்கு திசையில் தனி சன்னதி அமைத்துக்கொள். எல்லா பூஜையும் அங்கு நடத்திக்கொள்.

நான் : அப்படியானால் உனக்கு பூஜைகள்.

அன்னை : மூன்று கால பூஜைகள், விசேஷ பூஜைகள் எனக்காக மட்டும் செய்ய வேண்டும் மக்கள் காண அல்ல. பௌர்ணமி பூஜை மட்டும்

மக்கள் தரிசிக்கலாம். தியானம் மட்டுமே இங்கு பிரதானம்.

நான் : அம்மா, கோவில் கட்டி 12 வருடங்கள் ஆகிறது புதிய சன்னதியோடு உன் கோவிலையும் புனருத்தாரணம் செய்யலாமா ?

அன்னை : சரி செய்து கொள் என் இருப்பிடத்தில் சில மாற்றங்கள் செய்ய வேண்டும். அவ்வப்போது கூறுகிறேன்.

அன்னை மறுபடியும் தியானத்திற்குள் சென்று விட்டார்கள். எனக்கு நிம்மதி பெருமூச்சு. அன்னை அருள்கூர்ந்து பேசினார்களே என்று. பின்பு அடுத்த காரியம் என்ன என்று ஆலோசித்து ஒரு முடிவுக்குள் வர சில நாட்கள் ஆனது. கோவில் புனருத்தாரணம் பற்றி மக்களுக்குத் தெரியப்படுத்தப் பட்டது.

லக்ஷ்மி குபேர தனி சன்னதி அமைப்பதுதானே, அதுவரை காயத்ரிக்கு தினமும் பூஜைகள் செய்யலாமே என்று நினைத்தபோது, அன்னை மறுத்து விட்டாள். நான் தியானத்தில் இருக்கவே விரும்புகிறேன் என்று. சரி அன்னையை பாலாலயம் (சக்தியை இடம் மாற்றி வைப்பது) செய்து வைக்கலாம் என்றால் அது ஆடி மாதம், ஆவணி வரை பொறுக்கலாம் என்றால் அன்னை மறுத்து விட்டாள். ஆடி மாதம் எனக்கு உகந்ததுதான் அதனால் வேலையை கவனியுங்கள் என்றாள்.

27/07/2014 வாஸ்து நாள் அன்று லக்ஷ்மி குபேர புதிய சன்னதி மற்றும் யாக சாலைக்கு பூமி பூஜை செய்யப்பட்டது. 29, 30/07/2014 இரண்டு நாட்கள் பாலாலய பூஜை.

தாமரை கோவிலில் சில மாற்றங்கள் செய்யப்பட்டன. லக்ஷ்மி குபேர சன்னதி பணி முடிந்தது. மழை

தொடங்கியது. புதிய யாக சாலை பணியை தொடங்க விடாமல் விடாது மழை பெய்தது. அன்னை ஏகாந்த நிலையில் ஆழ்ந்த தியானம் கொண்டாள். அவ்வப்போது தகவல்களை கொடுத்து எங்களை சரி செய்தாள். இனி வரும் கும்பாபிஷேகமும் சிறந்த அளவில் இருக்குமாறு நிதானமாக காரியம் செய்ய அவகாசம் அளித்தது மட்டுமல்ல இந்த முறை கோவில் காரியங்களுக்குண்டான பொருளை மக்களிடமிருந்து நன்கொடை மற்றும் வருடாந்திர பூஜை கட்டளையாக பெற்றுக்கொள்ள அன்னை காயத்ரி தேவி அனுமதித்தாள்.

லக்ஷ்மி குபேர சன்னதி பணி முடிந்து ஓரிரு மாதம் எதுவும் செய்ய விடவில்லை. யாக சாலை பணி தொடங்கியது பின் மறுபடியும் மழை. சில நாள் கழித்து வர்ணம் பூச ஆரம்பித்தபோது மறுபடியும் மழை. அன்னை தனக்கு தானே சுத்திகரிப்பு செய்து கொள்கிறாள். ஒவ்வொரு பணியாக தொடங்க அதற்கு இயற்கை மழையால் சுத்திகரிப்பு.

பஞ்சலோக லக்ஷ்மி குபேர சிலை செய்ய ஆரம்பித்தாகி விட்டது. வைகாசியில் லக்ஷ்மி குபேர சிலை தயார். ஆனால் கும்பாபிஷேகத்திற்கு கோவில் தயாரில்லை. இதனிடையில் உற்சவர் கல்யாண குபேரர், ரித்தி சிலைகள் தயாராகிக் கொண்டிருக்கின்றன. நான் திருப்பூருக்கும் சேலத்திற்கும் ஓடிக்கொண்டிருந்தேன். அதை மாற்றி திருப்பூரில் அதிக நாட்கள் இருக்க முடிவு செய்து அதற்கான வேலைகள் செய்தேன். ஆனால் முழுவதுமாக திருப்பூரிலேலேயே இருக்குமாறு சந்தர்ப்பங்கள் என்னை நெட்டித்தள்ளின. இனி சிலகாலம் திருப்பூரில் இருப்பதாக முடிவு செய்து அதற்கான முயற்சிகள் மேற்கொண்டேன். இந்த காலகட்டம் முன்பு கோவில் கட்டிய காலகட்டம் போல் எனக்கு மிகுந்த சோதனை காலமாக இருந்தது.

ஸ்ரீ காயத்ரி தேவி வழங்கிய ஞானமான ஸ்ரீ வித்யை பயிற்சியில் குடும்பம் மிக முக்கியம். நல்ல குடும்ப வாழ்க்கையே நல்ல ஆத்மாக்களை இந்த உலகத்திற்கு நல்கும். அந்த நல்ல ஆத்மாக்கள் மட்டுமே வருங்காலத்தில் இந்த உலகை நேர்படுத்தும். அதனால் ஸ்ரீ வித்யை ஞானமார்கத்தை தேர்ந்தெடுப்பவர்களுக்கு லௌகீகத்தில் உழலும் தம் குடும்ப நபர்களையும் உயர்ந்த ஞானமார்கத்திற்கு அழைத்து செல்லும் பொறுப்பு உண்டு. ஏனெனில் குடும்பம் என்ற கூட்டு கர்மவினையிலிருந்து தனியாக பிரிந்து வெளியேறினால் அதை மறுபடியும் கழிக்க பிறவி சுழலில் சிக்க வேண்டிவரும். குடும்பதிலிருந்துகொண்டே அதன் பற்றை அறுத்து நிர்வாண நிலையை அதாவது கர்மவினை இல்லாத நிலையை அடையவேண்டும்.

என்னையும் என் குடும்பத்தையும் காயத்ரி கோவில் பற்றாக இணைத்து பிடித்திருந்தது. நான் எல்லா பற்றையும் விடுத்து கோவிலை அவர்கள் வசம் விட முடிவெடுத்தால் ஸ்ரீ காயத்ரி தேவி கோவில் தனியார் கோவிலாக மாறக்கூடிய வாய்ப்பாகிவிடும். காயத்ரி தேவி இந்த பூமிக்கு வந்த நோக்கமே மாறிவிடும். பற்றில்லாத நிலையில் நான் கோவிலை தனியே எடுத்து கையாள முடியாத நிலையில் குடும்பத்தின் பற்று அதனோடு பின்னிப் பிணைந்து இருந்தது.

‘முன்னால் போனால் கடிக்கிறது பின்னால் வந்தால் உதைக்கிறது’ நிலை. இதை சரிசெய்ய வேண்டும் அப்போதுதான் அடுத்த அடி எடுத்து வைக்க முடியும். அதற்கு குடும்பத்தாரின் கர்மவினைகளை வேரோடு சாய்க்கவேண்டும். இவர்களோடு காயத்ரியும் இணைந்திருப்பதால் அவர்களையும் செயலிழக்கச் செய்யவேண்டும். சுமக்க முடியாத சோதனைகள் என் தோள் மீது ஏறியது.

குடும்பத்தை விட்டுச்சென்று சன்யாசம் வாங்கியவர்கள், குடும்பம் ஆன்மீகத்திற்கு மிகப்பெரிய தடை என்பதை எதைக்கொண்டு கூறினார்கள் எனபதை நான் அனுபவபூர்வமாக உணர்ந்தேன். எனக்கும் இந்த குடும்பத்தை விட்டு, இந்தக்கோவிலை விட்டு ஓடி விடலாமா என்றும் தோன்றிவிட்டது. ஆனால் காயத்ரி தேவி அருளிய ஸ்ரீவித்யை ஆத்ம ஞானம் அதை செய்ய விடாமல் தடுத்தது. குடும்பத்தாருக்கும் எனக்கும் காயத்ரி தேவி மீதிருந்த பற்றை நீக்க, அவள் தானே எங்களிடமிருந்து விலகினாள். எவ்வளவு காலம் தெரியுமா? ஒரு வருடத்திற்கும் மேல்..

2014 ம் ஆண்டு ஆடி மாதம் புனருத்தாரணத்திற்காக கோவிலில் இருந்த காயத்ரி சக்தி இடம் மாற்றி வைக்கப்பட்டாள். வைகாசி மாதத்தில் கும்பாபிஷேகம் முடிக்கலாம் என்ற முயற்சி பலிக்கவில்லை, மாதங்கள் தான் கடந்தனவே தவிர கும்பாபிஷேககம் கூடவேயில்லை. புதிய லக்ஷ்மி குபேர சன்னதி திருப்பணி எல்லாம் முடிந்து விட்டது. புதிய சிலைகள் தயார், யாக சாலை தயார் எல்லாம் தயார் ஆனால் கும்பாபிஷேகம் எப்போது? அன்னை பதிலே தரவில்லை. அவள் இருந்தால் தானே பதில் தர, அவள்தான் எங்களை விட்டு விலகி விட்டாளே!...

காலம் கனிய கனிய குடும்ப நபர்கள் கர்ம வினைகள் கழன்று விழ ஆரம்பித்தது.

நான் திருப்பூரில் ஒரு யந்திரம் போல் அன்றாட காரியங்கள் ஆற்றத் துவங்கி விட்டேன். யாருக்கும் பயிற்சி வகுப்புகள் கிடையாது, மந்திர ஜபம் கிடையாது, ஏன் எதைபற்றியும் யோசிப்பது கூட கிடையாது. மாதங்கள் இப்படி ஓடியது.

ஸ்ரீ காயத்ரி கோவில் வரலாறு

நான் எழுதிய ஐந்து புத்தகங்களில் ஸ்ரீ வித்யை, விதியோடு விளையாடு, அனுபவ ஞானம் பாகம் – 1 , சக்ர யோகம் இது நான்கும் அச்சாகி ஒவ்வொன்றாக வெளிவந்து கொண்டிருந்தன. பதிப்பாளர் ஐந்தாவது புத்தகமான ஸ்ரீ காயத்ரி கோவில் வரலாறு புத்தகத்தை அச்சில் ஏற்ற என் சம்மதத்தை எதிர்பார்த்தார்.

நான் என்ன பதில் தர? பத்து வருடங்கள் முன்பு தாமரை கோவில் கட்டி முடித்தவுடன் அதன் வரலாறு புத்தகம் வெளியிட தடை செய்த காயத்ரி தேவி, இதனை வருடங்கள் கழித்து புத்தகம் எழுதவைத்தது இந்த லக்ஷ்மி குபேர சன்னதி பற்றியும் தன் புத்தகத்தில் வரவேண்டும் என்று தீர்மானித்திருக்கிறாள் போலும் என்ற என் நம்பிக்கையை தகர்ப்பதுபோல் எல்லா திருப்பணியும் முடிந்து கோவில் குத்துக்கல் போலிருக்கிறது, கோவிலுக்கு சொந்தக்காரியான காயத்ரி தேவியை காணோம். புதிதாக நிர்மாணிக்கப்பட்ட சன்னதி பற்றியும், புனருத்தாரணம், கும்பாபிஷேகம் பற்றி எழுதவேண்டிய பக்ககங்கள் பாக்கி இருந்தன.

நான் என்ன எழுதி புத்தகத்தை பூர்த்தி செய்ய?.

சில நாட்களில் நான் மனதை தேற்றிக்கொண்டு எப்படி ஆனாலும் சரி காயத்ரி கோவில் வரலாறு புத்தகத்தின் விட்டுப்போன பக்கங்களை கும்பாபிஷேகம் நடக்கவிருக்கிறது அன்னையின் உத்தரவுக்கு காத்திருக்கிறோம் என்று எழுதி முடிப்போம் என்று 10/08/2015 அன்று காலை எழுத அமர்ந்தபோது அருவி கொட்டியதுபோல் வார்த்தைகள் வந்து ஆரவாரமாக விழுந்தன. ஒரு நாள் முழுவதும் இருந்த இடத்தை விட்டு எழவில்லை எழுதி எழுதி என் வலது தோள் அவ்வப்போது அமைதியை வேண்டியது.

தாமரை திருக்கோவில் புனருத்தாரணம்

நான் எழுதியதை மறுபடி படித்தபோது அன்னை காயத்ரி என்னை விட்டுப் பிரிந்ததன் காரணம் புரிந்தது. அவள் மீது ஏறியிருந்த என் குடும்ப பற்று நீங்கவும், கர்மவினை அற்ற நிர்வாண நிலையை நான் அடையவும் வேண்டி, அவள் தன்னையும் சூட்சமமாக எங்களிடமிருந்து பிரித்து இல்லாமல் ஆக்கிக்கொண்டாள் என்று.

இயல்பான ஒரு பெருமூச்சு ஒன்று என்னிடமிருந்து வெளிப்பட்டது. இம்மாதிரியான சூழ்நிலைகளில் என் கண்களில் எப்போதும் கண்ணீர் கரைபுரண்டோடும். இப்போது கண்ணீர் இல்லை ஞானம் மட்டுமே இருந்தது.

ப்ரஹ்மத்தை அடைய உதவுவதால் காயத்ரியும் ப்ரஹ்மமே என்ற பிரம்ம சூத்திர வாக்கியத்தின் அர்த்தம் எனக்கு அனுபவ ஞானம் ஆனது.

மனிதர்களான நாம் நாட்களில் சிந்திக்கிறோம் ஆனால் தெய்வங்களோ யுகங்களில் செயல் புரிகிறார்கள் என்பது தெள்ளத் தெளிவாக புரிந்தது. நம் வாழ்க்கையை அன்னை ஸ்ரீ காயத்ரி தேவி கையில் ஒப்படைத்துவிட்டால் நம் எல்லா ஜென்மங்களையும் அவள் காத்தருள்வாள். நாம் விரும்பினால் இந்த ஜென்மத்திலேயே முக்தியும் அளிப்பாள் என்று உணர்ந்து கொண்டேன்.

அன்னை காயத்ரி தேவி என்னை தனியே விட்டு விலகிய ஓராண்டில், நான் மட்டுமான நிலையில் தேவர்களும், ரிஷிகளும், சித்தர்களும், அரக்கர்களும் என்னை சூழ்ந்து கொண்டு நடத்திய சூட்சம நாடகங்களும் அதன் விளைவாக இந்த உலகத்தில் நடந்த நிஜங்களும், அனுபவ ஞானம் பாகம் – 2 ல் தெளிவாக வெளிவரும் படித்து தெரிந்து கொள்ளுங்கள்.

அன்னைக்கு ஆயிரம் கோடி வந்தனங்கள் சமர்ப்பித்து இவ்வரலாற்று புத்தகத்தை பூர்த்தி செய்யும் முன்பு

அன்னையின் கோவில் காரியத்திற்கு தொண்டாற்றிய என் குடும்பத்தாருக்கும், சேலம் சேனல்களுக்கும், உதவிய மற்றவர்களுக்கும் என் மனமார நன்றியை தெரிவித்து இதனை முழுமையாக்குகிறேன். கோவில் கும்பாபிஷேகம்? விமரிசையாக நடக்கும். இப்புத்தகத்தை படிக்கும் நீங்களும் அதில் கலந்துகொள்ளப் போகிறீர்கள். இப்புத்தகத்தின் அடுத்த பதிப்பில் அதை பற்றிய விசயங்களும் வண்ணப்படங்களும் இருக்கும். அந்த நிஜத்தில் நீங்களும் இருப்பீர்கள். .... இனி வரும் அதிகாரங்களில் ஸ்ரீ சக்கர வடிவான தாமரை கோவில் அழகையும் அதில் குடிகொண்டிருக்கும் ஸ்ரீ பஞ்சமுக காயத்ரி தேவி மற்றும் அவள் பரிவார தேவதைகளையும் வண்ண படங்களாக பார்த்தும் படித்தும் தெரிந்து கொள்ளுங்கள்.

ஓம் சாந்தி ஓம்

கோவில் கட்டமைப்பு

கோவில் – கோ + இல்.

கோ என்றால் மன்னன். இல் என்றால் வாழும் இடம். இப்பிரபஞ்சத்திற்கே மன்னனான இறைவன்/இறைவி வாழும் இடம் கோவில்.

இறைவன் எல்லா உயிரினங்களிடமும் மறைந்து இயங்குவதை தெளிவாக மக்களுக்கு உணர்த்தும் முகமாக உருவானது கோவில்கள்.

பசுவின் உடலில் எல்லா இடத்திலிலும் பால் மறைந்திருந்த போதிலும் மடியிலுள்ள காம்புகள் முலமே பால் வெளிப்பட வேண்டும். அதுபோல் இறைவன் எங்கும் நிறைந்திருந்தபோதிலும் அந்த தெய்வீக சக்தியை வகைப்படுத்தி தேக்கி வைத்து ஆலயங்கள் மூலமாக மனிதனுக்கு சென்று சேரும் மார்கத்தை செய்தார்கள் ஆன்றோர்கள்.

கால மாற்றத்திற்கு ஏற்ப பழையன கழிதலும் புதியன புகுதலும் போல பழமையான கோவில்கள் மறைந்தாலும் புதிய கோவில்களும் புதுப் பொலிவுடன் எழுந்து கொண்டிருப்பது “இறை” சக்தி இயங்கிக் கொண்டிருப்பதற்கு எடுத்துக்காட்டு.

ஆலயங்கள் வகை

ஆலயங்கள் நான்கு வகைப்படும். கல் தச்சர் உளியால் செதுக்கப்படாமல் தானே உருவான மூர்த்தமுள்ளவை "**ஸ்வயம்பு**" ஷேத்திரம். பின்னர் அவ்விடத்தில் ஆலயம் கட்டப்பட்டிருக்கும்.

தெய்வமே விருப்பப்பட்டு மனிதரைக் கருவியாகி ஆலயம் அமைத்துக் கொள்வது **தேவ பிரதிஷ்டை** ஆகும்.

உலக நன்மைக்காக ரிஷி மூலம் கட்டப்படும் ஆலயம் **ரிஷி ப்ரதிஷ்டை** ஆகும்.

ராஜாக்களோ, மனிதர்களோ விருப்பப்பட்டு கோவில் கட்டுவது **மனித பிரதிஷ்டை** ஆகும்.

இவைகளில் மனித ப்ரஷ்டையை விட ரிஷி ப்ரதிஷ்டையும், ரிஷியை விட தேவ பிரதிஷ்டையும், தேவதையை விட ஸ்வயம்புவும் மிக உயர்ந்தது.

தாமரை திருக்கோவில் தேவ ப்ரதிஷ்டையாகும்.

கோவில் என்றழைக்கப்படும் ஆலயம் மெய்ப்பொருள் வாழும் சத்திய அரங்கம். இறைவன் குடிகொள்ளும் உயர்ந்த பீடம். கலைகளின் பொலிவு, கலாச்சார மேம்பாடு, ஆன்மீக செல்வம் எல்லாம் அங்கே ஒன்று சேர்ந்து பிரதிபலிக்க வேண்டும். இதனை உருவாக்க விதிமுறைகள் உள்ளன அவை ஆகமங்கள் எனப்படும். இறைவழிபாடு, மந்திரம், மூர்த்தம், ஆலயம் முதலியனவற்றை ஆகமங்கள் விளக்கிக் கூறுகின்றன.

இறைவன் குருவாக நின்று போதித்தவை ஆகமம்.

இறைவி குருவாக நின்று போதித்தவை நிகமம்.

ஆலய அமைப்பு பேரண்ட, சிற்றண்ட அமைப்பின் பின்னணியை ஒத்தது. பேரண்டம் என்பது பிரபஞ்சத்தையும்,

சிற்றண்டம் என்பது மனித உடலையும் குறிக்கும். பேரண்டத்திலுள்ளதெல்லாம் சிற்றண்டத்திலும் உண்டு. பிரபஞ்சத்தின் சிறுவடிவம்தான் மனிதன். பேரண்டத்தின் ஜீவசக்தி இறைவன். அந்த இறைவனே ஆத்மாவாக மனிதனிலும் இருக்கிறார். மனிதனின் ஸ்தூல, சூக்ஷும சரீரங்களை பிரதிபலிக்கச் செய்வதால், ஸ்தூல சூக்ஷும பிரபஞ்சத்தையும் பிரதிபலிக்கச் செய்வதாகவே ஆகும். இதன் அடிப்படையில் ஆலயம் அமைக்கப்படுகிறது.

ஆலய அமைப்பு இரண்டு வகையானது.

* மனிதன் மல்லாந்து படுத்த கோலம்
* மனிதன் இருதய கமலம் (தாமரை வடிவம்)

மனிதன் மல்லாந்து படுத்த கோலம்

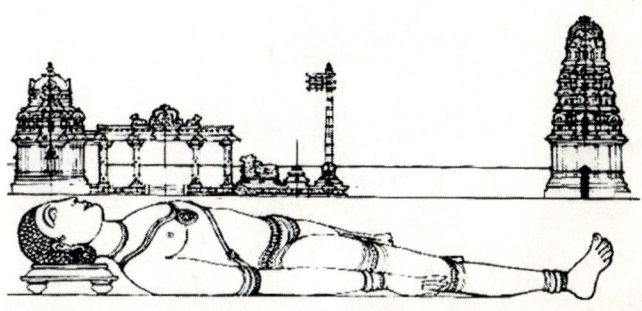

மல்லாந்து படுத்த கோல ஆலயம், ஒரு மனிதன் மல்லாந்து படுத்திருக்கும் நிலையை பிரதிபலிக்கிறது. ஆலயத்தின் வெளி கோபுரம் மனிதனின் பாதங்கள். ஆஸ்தான மண்டபம் கணுக்கால், நிறுத்த மண்டபம் தொடை, மனோ மண்டபம் மார்பு, அர்த்த மண்டபம் முகம், கர்ப்பகிருகம் தலை, கர்ப்பகிருகத்திற்கு மேலே கோபுர விமானம். (விமானம் என்றால் அளவிடற்கரியது என்று பொருள்) அனுபூதி பெற்ற ஞானியின் அமர்ந்த திருக்கோலமே விமானம் என்றும் கூறுவார். கோபுர

உச்சியில் கலசம். இது பிரபஞ்சத்திலுள்ள சக்தியை ஆகர்ஷிக்கும் முகமாக சுத்த செம்பு உலோகத்தால் அடி அகன்று நுனி கூர்த்தும் இருக்கும் விதமாக அமைக்கப்படும். கலசத்தின் உள்ளே வரகு தானியம் நிரப்பபடும். உள்ளிருக்கும் தானியம் பன்னிரெண்டு வருடம் கெடாமல் இருக்கும்.

மனிதன் இருதய கமலம்

மனித இருதயம் போலிருக்கும் தாமரை வடிவில் கோவில் அமைப்பது இருதய கமலம் வகையாகும். இருதய ஸ்தானத்திற்கு முக்கியத்துவம் அளிக்கப்பதுவதன் காரணம், இதயம் அன்பின் இருப்பிடமாகக் கருத்தப்படுவது. இறைவன் அங்கே வாசம் செய்வதாகவும் அனுபூதி யோகியர் கூற்று. இவ்வகை கோவில்களை நடைமுறை

வழக்கத்தில் காண்பது மிகவும் அபூர்வம். இவ்வகை கோவில்கள் பொதுவான மற்ற கோவில்களின் கட்டிட அமைப்புகளான மஹா மண்டபம், அர்த்த மண்டபம், கருவறை, கோபுரம் போன்றவற்றை தனக்குள் கொண்டு தாமரை வடிவாகவும் இருக்கும்.

ஸ்ரீ காயத்ரி தேவியின் தாமரை திருக்கோவில் ஆகம சாஸ்திரத்தின் இருதய கமல வடிவாக அமைந்துள்ளது.

தெய்வ சிலை அமைப்பு

மனிதர்கள் கட்டும் பெரும்பாலான கோவில்களின் கர்ப்பகிருகத்தில் இருக்கும் தெய்வ உருவச்சிலைகள் தோஷமில்லாத கருங்கல் அல்லது பஞ்சலோக உலோகம் இவற்றால் அமைக்கப்பட்டிருக்கும். சித்தர்களால் அமைக்கப்பட்ட கோவில்களில் நவ பாசானத்தால் சிலை அமைக்கப்பட்டிருக்கும். சில கோவில்களில் மரத்தாலும், புற்று மண்ணாலும், சுதை சிற்பமாகவும் கூட சிலைகள் இருக்கும். பெரும்பாலும் கல் சிற்பங்களே கோவிலில் அதிகம் காணப்படும்.

கருங்கல் சிலை

* கல்லால் சிலை செய்யும்போது சரியாக ஆகம விதிகளுக்கு இம்மியளவும் சுணக்கம் வராமல் செய்யவேண்டும். அதேபோல் அபிஷேக ஆராதைனைகளும் முறையாக செய்தல் வேண்டும். தவறுதல் ஏற்பட்டால் பாதிப்பும் அதிகமாக இருக்கும்.
* கருங்கல்லால் அமைக்கப்படும் தெய்வச்சிலை உருவத்திற்கு அன்றாடம் தண்ணீர் மற்றும் திரவிய அபிஷேகம் அவசியம், காரணம் சுற்றி இருக்கும் சூட்சம சக்திகள் தெய்வச்சிலை மீதும், சிலையினுள்ளும் படிந்து விடுவதால் தெய்வ சிலைக்கு சக்தியை பிரதிபலிக்கும் தன்மை குறைந்துவிடும். அதனால் தெய்வ சிலைக்கு அபிசேகம் தினமும் நடக்கும்.

தெய்வ சிலை அமைப்பு

* கோவிலில் ஒரு குறிப்பிட்ட காலத்திற்கு பிறகு கருங்கல்லால் ஆன தெய்வ சிலையை மாற்றி புதியது அமைத்துக் கொள்ளவேண்டும், காரணம் கருங்கல் இயற்கையின் வெளிப்பாடு. இயற்கைக்கு பிறத்தல், வாழ்தல் அழிதல் மூன்றும் உண்டு. அதுபோல் கருங்கல்லுக்கும் வாழ்நாள் காலம் உண்டு. ஒரு குறிப்பிட்ட காலம் முடித்தபிறகு அந்த சிலை செய்ய உதவிய கருங்கல் வெறுமையாகிவிடும் அல்லது உள்ளே சிதிலமாகிவிடும். அதன் பிறகு அதனால் பயனில்லை. அதற்காகவே 12 வருடங்களுக்கு ஒருமுறை கோவில்களை புதுப்பிப்பது சம்பிரதாயமானது.

* தமிழ் நாட்டில் தஞ்சாவூரில் இராஜராஜ சோழனால் கட்டப்பட்ட பெரியகோவில் கருவறையில் அமைந்திருக்கும் சிவலிங்கம் மிகப்பெரிய கல் சிற்பமாகும். அங்கிருக்கும் நந்தி சிலையும் மிக விஷேசம். கோவில் கோபுரத்தின் நிழல் கீழே விழுவது இல்லை இது கட்டிடகலை நுணுக்கம் ஆகும்.

பஞ்சலோக சிலை

* தங்கம், வெள்ளி, பித்தளை, செம்பு, ஈயம் என்ற ஐந்து உலோகத்தால் ஆக்கப்படுவது பஞ்சலோக சிலை. இந்த உலோகம் மனிதனால் உருவாக்கப்பட்டது. இயற்கையிலிருந்து நேரடியாக பெற்றது அல்ல. அதனால் இது அவ்வளவு சீக்கிரம் அழியாது.

* இதன் மீது சூட்சும அழுக்குகள் அவ்வளவு எளிதில் படியாது. ஆசார அனுஷ்டானங்கள் தவறினாலும் அவ்வளவு பதிப்பு ஏற்படாது. இதற்கு தினமும் தண்ணீர் அபிஷேகம் அவசியம் இல்லை. விஷேச நாட்களில் மட்டும் அபிஷேகங்கள் போதுமானது.

* பஞ்சலோக தெய்வ சிலைகளுக்கு அன்றாட பூஜை, ஜபம் போன்றவைகளால் சக்தி மேருகூட்டப்படும்.

* அநேக கோவில்களில் கர்ப்பகிருகத்திலிருக்கும் கல் சிலை போன்று சிறியதாக பஞ்சலோகத்தில் சிலை அமைத்து அதற்கு உற்சவர் என்று பெயரிட்டு விஷேச நாட்களில் அதற்கு அபிஷேகம், ஆராதனை, கோவில் சுற்றுப்பிரகார வலம், நகர் வலம் என்று கோவில் விட்டு வெளியே கொண்டு வந்து வழிபாடு செய்வார்கள். சில காரணங்களால் கோவிலுக்கு வர இயலாதவர்கள், நகர் வலம் என்று வெளியே வரும் உற்சவ தெய்வத்தை கண்டு தொழ இந்த ஏற்பாடு நடக்கும்.

* கர்நாடகா மாநிலத்தில் நந்தி குன்றில் இருக்கும் சாமுண்டீஸ்வரி தேவி கோவில் மிக பிரபலம். சாமுண்டீஸ்வரி சிலை பஞ்சலோகத்தால் ஆனது. அந்த தேவியிடம் வாய் விட்டோ அல்லது மனதாலோ ஏதாவது கேட்டால் கண்டிப்பாக அது அவளிடம் சென்று திரும்ப பதிலாக எதிரொலிக்கிறது என்று காலம்காலமாக மக்களால் நம்பப்படுகிறது. அதற்கு முக்கிய காரணம் அந்த தேவி சிலை பஞ்சலோகத்தில் இருப்பதால் என்றும் கூறுகிறார்கள்.

* **தாமரை திருக்கோவிலில் பாலவிநாயகர், பால-முருகர், ஸ்ரீ பஞ்சமுக காயத்ரி தேவி, மகாலட்சுமி, குபேரர் , ரித்தி, சங்கநிதி, பதுமநிதி தெய்வ சிலைகளை அனைத்தும் பஞ்சலோகத்தால் ஆனவை. அன்றாடம் பூஜைகள், ஆராதனைகள் அதிகமாக இருக்கும். மாதம் ஒரு முறை மட்டும் அபிஷேகம் நடைபெறும்.**

* **ஸ்ரீ பஞ்சமுக காயத்ரியிடம் பக்தர்கள் மான-சீகமாகவும் ஏன் வாய்விட்டும் பேசுவதை நான் கேட்டு இருக்கிறேன். அவர்கள் கேட்டது நடந்த-தையும் பார்த்திருக்கிறேன்.**

தெய்வ சிலை அமைப்பு

நவபாசான சிலை

* நவ பாசான சிலை, தலை சிறந்த விஷேச மருத்துவ மூலிகைகளால் ஆனது. சிலைக்கு அபிஷேகங்கள் செய்யச் செய்ய அது மெதுவாக கரையும். நவபாசானம் கலந்த அபிஷேக தீர்த்தங்களை உட்கொள்ளும் மக்கள் அதன் மருத்துவ குணத்தால் பயனடைவர். காலப்போக்கில் அபிஷேக காரணத்தால் சிலை பின்னப்படும். அது பின்னப்பட்டாலும் அதன் மருத்துவ குணம் மாறாது. முழுவதுமாக அது கரைந்து மறைவதற்கு ஆயிரக்கணக்கான வருடங்கள் ஆகும். நவபாசன சிலை அமைத்த சித்தரின் சமாதி பெரும்பாலும் அந்தக் கோவிலுக்கு அருகிலேயே இருக்கும். அவரின் ஆத்மசக்தி நவபாசானத்திற்கு உயிரூட்டிக் கொண்டிருக்கும். அது சித்தரின் கால நியதிக்கு உட்பட்டது.

* பழனியில் இருக்கும் முருகர் சிலை நவபாசானத்தால் உருவானது. அந்த சிலை தேய்ந்து வருவதாகவும் தகவல். அதை ஸ்தாபித்த சித்தர் போகர். அவர் சமாதி கோவிலுக்கு அருகில் இருக்கிறது. பழனி முருகருக்கு அபிஷேகம் செய்த தீர்த்தங்களுக்கும், பஞ்சாமிர்தத்திற்கும் மக்களிடையே சிறப்பான வரவேற்பு இருப்பது அதன் மருத்துவ குணம் காரணத்தாலே தான்.

மண், சுதை சிலைகள்

* சில கோவில்களில் புத்து மண் அல்லது சுதை என்று கூறக்கூடிய ஒரு வகை செம்மண் கொண்டு சிலைகள் செய்து வழிபடுவார்கள். இவைகளை அடிக்கடி பழுது பார்க்க வேண்டும்.

* சுதை, மண் போன்றவற்றால் ஆன சிலைக்கு அபிசேகங்கள் இருக்காது. ஆராதனைகள், ஜபம், பூஜை திருவிழாக்கள் போன்றவைகள் மட்டும் நடக்கும்.

* தஞ்சாவூர் அருகே மிக பிரபலமான சக்தி வாய்ந்த புன்னை நல்லூரில் மாரியம்மன் கோவிலில், மாரியம்மன் சிலை புற்று மண்ணால் செய்யப்பட்டது. ஆத்மஞானி சதாசிவ பிரம்மேந்திர சுவாமிகளால் அது உருவாக்கப்பட்டது. இந்த சிலைக்கு வருடத்தில் ஒரு முறை மட்டுமே அபிஷேகம் நடக்கும்.

* கிராமங்களில் திறந்தவெளியில் சுதையாலான பெரிய பெரிய வீரபத்திரன், முனியப்பன் போன்ற தெய்வ சிலைகளை நாம் காணலாம். சில இடங்களில் கோவில் உள்ளேயும் கன்னிமார் போன்ற சிலைகள் சுதையால் செய்யப்பட்டிருக்கும்.

மரத்தால் சிலைகள்

* மிக சில கோவில்களிலேயே மரத்தால் சிலைகள் வடிவமைக்கப்பட்டு கர்ப்பகிருகத்தில் பூஜிக்கப்படும். இவ்வகை சிலைகள் தேவ பிரதிஷ்டை- யாகத்தான் இருக்கும். அம்மாதிரி தனக்கு சிலை வடிக்கவேண்டும் என்று அந்த தெய்வமே கேட்டிருந்தால் மட்டுமே மரத்தில் சிலைகள் உருவாக்கப்படும். இச்சிலைகளுக்கு அபிஷேகம் கிடையாது ஆராதனைகள் பூஜைகள் மட்டுமே உண்டு.

* மரத்தாலான சிலைகளுக்கு ஒரு தனிப்பட்ட விசேஷம் உண்டு. மரம் உலர்வதற்கு முன்பு உயிரோட்டமாக வாழ்ந்த ஒன்று. அதுவும் ஒரு ஜீவனை போல பிறந்து வளர்ந்து வாழ்ந்து மடிந்ததாகும். அதனால் அதனிடம் பரிணாம வளர்ச்சியின் செயல்பாடுகள் இருந்திருக்கும். உலர்ந்த மரத்திலும் அது பதிந்திருக்கும். இறைவன் இருக்கிறான் ஆனால் இல்லை என்ற தத்துவத்தை

ஒத்து மரம் இருக்கிறது. உலர்ந்த மரத்திற்கு உயிர் இல்லை ஆனால் வாழ்ந்த அதன் பதிவு உலர்ந்த மரத்தில் இருக்கிறது. (ஒரு மரத்தின் குறுக்குவெட்டு பகுதியில் காணப்படும் வளையங்களைக் கொண்டு அந்த மரம் வாழ்ந்த வருடங்களை ஆராய்ச்சியாளர்கள் கணக்கிடுவார்கள்).

* இந்தியாவில் ஓடிஸா மாநிலத்தில் வெகு பிரசித்தி பெற்ற பூரி ஜகன்னாத ஆலயத்தில் கர்ப்பகிருக சிலைகள் மரத்தாலானவை. நாராயண தெய்வமே கனவில் தோன்றி தனக்கு இவ்வாறு சிலை வடிக்க வேண்டும் என்று தெரியப்படுத்தி அமைக்கப்பெற்று உருவானது இந்த கோவில். இந்த மரச் சிலைகள் பனிரெண்டு அல்லது பத்தொம்பது வருடத்திற்கு ஒருமுறை புதிய மரம் கொண்டு பழைய சிலையை போலவே புதிய சிலையை உருவாக்கி கர்ப்பகிருகத்தில் மறுபடியும் ஸ்தாபிப்பார்கள்.

* **தாமரை திருக்கோவிலில் சப்த காயத்ரிகள் மரத்தாலானவை. அந்த தெய்வ சிலைகளை தன் நிழலுக்குள் காணும் மனிதன் தானும் மரம்போல் வாழ்ந்து மறையக்கூடியவன்தான், உயிர் மறைந்த பின்னும் மரம் வாழ்ந்து பயன் கொடுப்பதுபோல் தான் வாழும்போதும், வாழ்ந்து மறைந்த பின்னும் பயனுள்ளவனாக இருக்கவேண்டும் என்னும் ஞானத்தை சூட்சமமாக பெறுகின்றான்.**

* ஸ்ரீ காயத்ரி தேவியின் ஆக்ஞைபடி மரத்தால் சப்த காயத்ரிகள் சிலை அமைக்கப் பெற்றதனால் இது தேவ பிரதிஷ்டை என்பதை உறுதி செய்கிறது.

யந்திர பிரதிஷ்டை

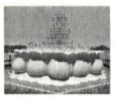

* கோவில் திருப்பணியும், சிலை வடிப்பும் பூர்த்தியான பிறகு கர்ப்ப கிருகத்தில் உருவச்சிலையை ஒரு கருங்கல் பீடத்தோடு அசையாமல் சில வஸ்துக்கள் கொண்டு நிலை நிறுத்துவார்கள் அதற்கு பெயர் பந்தனம்.

* பந்தனம் செய்வதற்கு முன்பு கருங்கல் பீடத்திற்கும் சிலைக்கும் இடையில் பிரதிஷ்டை செய்ய இருக்கும் தெய்வத்திற்கு உரிய சக்தி யந்திரம் பிரதிஷ்டை செய்யப்படும்.

* **தாமரை கோவிலில் ஸ்ரீ பஞ்சமுக காயத்ரி தேவிக்கு ராஜயந்திரமான ஸ்ரீ சக்ர யந்திர பிரதிஷ்டை செய்யப்பட்டுள்ளது.**

* இந்த சக்தி யந்திரங்கள் பூமி, நீர், அக்னி, வாயு, ஆகாயம் இவைகளை சக்தி கோணங்களாகவும், மாயை, சுத்த வித்யை, மகேஸ்வரன், சதாசிவம் இவைகளை வசு கோணங்களாகவும் கொண்டு பிரம்மாண்ட வடிவின் பிரதிபலிப்பாகவும் அதன் சக்தியையும் ஈர்க்கும் விதமாகவும் இருக்கும்.

* இந்த சக்தி யந்திரங்கள் கோவிலில் நடைபெறும் அபிஷேகம், ஹோமம் பூஜை, ஜபம், வேத பாராயணம், தியானம் போன்றவற்றிலிருந்து தெய்வீக சக்தி அனைத்தையும் சரியாக உள்வாங்கி பன்மடங்கு

பெருக்கி தன் மீது அமைந்திருக்கும் உருவச்சிலைக்கு கடத்தும்.

* கோவில் கர்ப்பகிருகத்தில் அமைந்திருக்கும் சிலை, தன் பீடத்தின் அடியில் பதித்திருக்கும் யந்திரம், நவ மணிகள் இன்னும் பல சக்தி உபகரணங்கள் மூலமாகவும், தன் உருவத்திற்கு செய்யப்படும் ஆபிஷே ஆராதனை மூலமாகவும், கோபுரத்தில் இருக்கும் கலசம் மூலமாகவும் சக்தியை பெறுகிறது. கர்ப்பகிருகத்திலிருக்கும் உருவச்சிலை பலவழிகளில் தான் பெற்ற சக்தியை தன் எதிரே நின்று துதித்து வணங்கும் மக்களுக்கு பிரதிபலிக்கும். அந்த சக்தி அவர்களுக்கு எல்லா நன்மைகளையும் அளிக்க வல்லதாகிறது. அதுவே மக்கள் நம்பிக்கையுமாகி அதுவும் அந்த தெய்வசிலைக்கு சக்தியை கூட்டுகிறது.

ராஜ யந்திரம்

பிரம்மாண்டத்திலிருந்து சக்தியை கிரகித்தது வெளிப்படுத்தும் சாதனத்திற்கு பெயர் யந்திரம். இந்த யந்திரம் கோடுகளையும் வளைவுகளையும் முக்கோணங்களையும், அறுகோணங்களையும் கொண்டிருக்கும். இந்த யந்திரங்களின் வடிவமைப்பு பல்வேறு தெய்வ வடிவங்களுக்கு ஏற்ப வேறுபடும். தெய்வச்சிலையின் வடிவமைப்பின் துல்லிய அளவுகளும் அதற்கு கீழே பிரதிஷ்டை செய்ய இருக்கும் யந்திரத்தின் வடிவமைப்பின் அளவுகளும் ஒன்றுக்கொன்று தொடர்புடையதாக இருந்து சக்தியை பரிமாறிக்கொள்ளும். அவ்வாறு இல்லாமல் தெய்வச்சிலையும் யந்திரமும் மாறுபட்டிருந்தால் சூட்சம தொடர்பு இல்லாமல் இரண்டும் பயனற்றதாகிவிடும்.

யந்திரங்கள் பலவகை அதில் தலையானது **ஸ்ரீ சக்ரம்.** இது ராஜ யந்திரம் என்று அழைக்கப்படுகிறது. மக்கள் உயர்வடைய சிவபெருமான் அறுபத்து நான்கு தந்திரங்களை படைத்தார். அந்த அறுபத்திநான்கு தந்திரங்களையும் ஒன்றாக்கி ஒரே தந்திரமாக ஸ்ரீ தந்திரம் என்றாக்கினார். ஸ்ரீ சக்கரம் ஸ்ரீதந்திரத்தின் **சக்தி யந்திரமாகும்.** ஸ்ரீ தந்திர வழிபாடு எல்லா வழிபாடுகளைவிட அபரிமிதமான சக்தியை கொண்டது.

ஸ்ரீ சக்கர யந்திரம் மனித சரீர வடிவானதும்கூட, இதை உபாசிக்கும்போது தன்னையே உபாசிப்பது போலாகும் என்று பாவனோபநிஷத் விளக்குகிறது இது தனக்குள் இறைவனைக் காணும் உபநிஷத்தின் ஆத்ம தத்துவத்தை செயல்முறைக்குக் கொண்டு வருகிறது.

ஸ்ரீ தந்திரத்தில் ஸ்ரீ சக்கர உபாசனை குருமுகமாக தீட்சை பெறப்பட்டு அவரவர் தனியாக செய்யும் ரகசிய பூஜைமுறையாகும் இது எல்லோரும் பொதுவாக பின்பற்றக்கூடிய வெளிமுகமான பூஜை முறை அல்ல. அதனால் எல்லா மனிதர்களும் வந்து வழிபடும் ஸ்ரீ சக்கர வடிவமாக ஆலயம் இருப்பது சாத்தியமே இல்லை. அதையும் மீறி ஸ்ரீ சக்கர வடிவில் ஆலயம் தாமே அமையப் பெற்றிருந்தால் அது தேவ ப்ரதிஷ்டை கோவிலாகத்தான் இருக்கும், காரணம் தெய்வம் தானே குருவாக நின்று தனக்கு வேண்டியபடி கோவில் அமைத்துக்கொண்டு மக்களுக்கு ஸ்ரீ சக்கர உபாசனை பலனை வழங்கிட முடிவு செய்திருந்தால் மட்டுமே அது சாத்தியம். அப்படி அமைவது மிக மிக அபூர்வம்.

தாமரை திருக்கோவில் அமைப்பு ஸ்ரீ சக்ர வடிவில் தானாகவே அமைந்திருப்பது ஸ்ரீ காயத்ரி தேவியின் விருப்ப வெளிப்பாடாகும். இக்கோவில் தேவ பிரதிஷ்டை என்பதன் நிதர்சன உண்மையாகும்.

ஸ்ரீ சக்கர விளக்கம்

பச்சிலைகளில் சிலவற்றில் மட்டுமே மருத்துவ குணம் இருப்பது போல், சொற்களில் வேத மந்திரங்களுக்கு மட்டுமே வீரியம் இருப்பது போல், வரிவடிவங்களிலான அனைத்து யந்திரங்களில் ஸ்ரீ சக்கரம் மட்டுமே அபரிமிதமான சக்தியை கொண்டது.

ஸ்ரீ சக்கரத்தில் பூபுரம் என்ற சதுரங்கள், வட்டங்கள், 16 தளபத்மம், 8 தளபத்மம், 42 முக்கோணங்கள், நடுவில் புள்ளியான பிந்துவும் உள்ளன.

பூபுரம் என்ற சதுரங்கள் எட்டு திக்குகளையும் அங்கு காவல் புரியும் மாத்ருகா தேவிகளையும் கொண்டது .

விருத்தத்ரயம் எனப்படும் வட்டம், முதலும் முடிவும் இல்லாத "இறை" தன்மையைக் காட்டுகிறது.

16 தள பத்மம் என்பது 16 தாமரை இதழ்கள். இது பதினாறுபேறும் பெற்று பெருவாழ்வு வாழ வளம் சேர்க்கிறது.

8 தள பத்மம் என்பது 8 தாமரை இதழ்கள். எண் சாண் உடம்பு அழியக்கூடியது அதனுள் இருக்கும் ஆத்மா நிலையானது என்ற ஞானத்தை போதிப்பது.

ஸ்ரீ சக்கரத்தில் 42 முக்கோணங்கள் உள்ளன. முக்கோணம் சிருஷ்டி, ஸ்திதி, சம்ஹாரம், (ஆக்கல், காத்தல். அழித்தல்) என்றும் சாத்விகம், ராஜசம், தாமசம் போன்ற மூன்று மூன்றாக உள்ள சக்திகளை குறிக்கிறது.

மேல்நோக்கிய முக்கோணம் சாதகனின் உயர்ந்த இலட்சியத்தை காட்டுகிறது.

கீழ்நோக்கிய முக்கோணம் பராசக்தியின் அருள் சாதகனை நோக்கி வருவதை குறிக்கிறது.

மேல் நோக்கிய, கீழ் நோக்கிய முக்கோணம் இணைந்து ஷட்கோணம் ஆகிறது. இந்த ஷட்கோணம் சிவசக்தி ஐக்கியத்தை உணர்த்துகிறது.

நடுவிலிருக்கும் பிந்து உயிர்சக்தியாய் இருப்பு நிலையை காட்டுகிறது.

சூரிய உதயத்தின் போது விரிந்து, அஸ்தமனத்தின் போது குவியும் தாமரையின் தன்மை போல் சாதகனின் சக்தி விரிந்து மனம் அம்பிகையிடம் குவிய வேண்டும் என்று உணர்த்துகிறது.

ஸ்ரீ சக்கர வடிவ தாமரை கோவில்

தாமரை திருக்கோவில் ஸ்ரீ சக்கரம் போல அமைந்திருப்பதை ஸ்ரீ சக்கரம், தாமரை திருக்கோவில் இரண்டையும் ஒப்புவமையோடு பார்க்கலாம்.

ஸ்ரீ சக்கரம்	தாமரை கோவில்
பூபுரம்	வெளிப்பிரகாரம்
எண் திசை மாத்ருகா தேவிகள்	கோவில்கதவில் மாத்ருகாதேவிகள்
விருத்தத்ரையம்	தண்ணீர் அகழி
16 தளங்கள்	16 தாமரை இதழ் தியான பீடங்கள்
8 தளங்கள்	சப்த காயத்ரிகள்
சக்தி, சிவ கோணங்கள்	பாலவிநாயகர், பாலமுருகர்
42 கோணங்கள்	42 கோணங்களில் காயத்ரி சிலை
பிந்து (மையப்புள்ளி)	ஸ்ரீ பஞ்சமுக காயத்ரி தேவி

ஸ்ரீ சக்கரத்தின் பூபுரம் போல் தாமரை கோவிலின் வெளிப் பிரகாரம் உள்ளது. ஸ்ரீ சக்கரத்தில் எட்டு திக்குகளிலும் காவல் காக்கும் எட்டு மாத்ருகா தேவிகள் (பிராஹ்மி, மாஹேஸ்வரி, கௌமாரி, வைஷ்ணவி,

வாராஹி, இந்திராணி, சாமுண்டி, மகாலட்சுமி), தாமரை கோவில் பிரதான வாயிற் கதவில் தாயாக குடிகொண்டு அனைத்து ஜீவராசிகளையும் காக்கின்றனர்.

ஸ்ரீ சக்கரத்தின் விருத்தத்ரையமான மூன்று வட்டங்கள் கோவிலின் தண்ணீர் அகழி. விருத்தத்ரையம் மானுடர்களின் பாபத்தை போக்கும் முதலும் முடிவும் இல்லாத ப்ரஹ்மத்தின் அத்வைத தத்துவங்கள். இரண்டு அற்றது அதாவது இரண்டல்லாதது என்னும் அத்வைத தத்துவத்தில் நனைபவன் முக்திக்கு வித்திடுகிறான் என்று ஸ்ரீ தந்திரம் கூறுகிறது.

ஸ்ரீ சக்கரத்தின் பதினாறு தளங்கள். இங்கு பதினாறு குப்த யோகினிகள் அம்ருதப் பெருக்கினால் சந்தோஷ படுத்திக்கொண்டு இருக்கிறார்கள் கோவில் மகா மண்டபம் பதினாறு தாமரை இதழ் தியான பீடமாக அமைக்கப்பட்டு அதில் பதினாறு (கல்வி, தனம், தானியம், அழகு, புகழ், பெருமை, இளமை, அறிவு, மக்கட்பேறு, நோயின்மை, வலிமை, துணிவு, வாழ்நாள், வெற்றி, நல்லூழ், நுகர்ச்சி) ஐஸ்வர்யங்களின் சக்தி உருவேற்றப்பட்டுள்ளது.

ஸ்ரீ சக்கரத்தின் எட்டு தளங்கள் இங்கு எட்டு குப்ததர சக்திகள் உள்ளனர். இவர்கள் கர்மேந்திரியத்தின் ஐந்து தொழில் மற்றும் தியாக புத்தி, கிரஹிக்கும் புத்தி, உபேஷா புத்தி கொண்டவராவர். கோவிலின் எண்கோண அர்த்த மண்டபத்தில் சப்த காயத்ரிகள் தன்னை காணும் மனிதனுக்குள்ளே தான் இருப்பது போன்று காட்சி தரும் விதமாக அமைந்திருக்கிறார்கள்..

ஸ்ரீ சக்கரம் சக்தி கோணங்களையும் சிவ கோணங்களையும் கொண்டது. கோவில் கர்ப்பகிருக வாயிலில் சக்தியின் மகனான பாலவிநாயகர் சக்தி கோணமாகவும், சிவனின் மகனான பாலமுருகர் சிவ கோணமாகவும் இருபுறம் அமர்ந்திருக்கின்றனர்.

ஸ்ரீ காயத்ரி கோவில் வரலாறு

ஸ்ரீ சக்கரம் நாற்பத்திரண்டு கோணங்கள் கொண்டது. அங்கு நாற்பத்திரண்டு யோகினிகள் அமர்ந்து அருள் பாலிக்கிறார்கள். கோவில் கர்ப்பகிருகத்தில் நாற்பத்திரண்டு கோணங்களையும் தன் உருவமாக கொண்டு ஐந்து முகங்கள், பதினைந்து கண்கள், பத்து கைகள் அதில் ஆயுதங்கள், மூன்று கால்கள் கொண்டு காயத்ரி சிலை அழகுற அமைந்திருக்கிறது.

ஸ்ரீ சக்கரத்தின் பிந்து எல்லாவற்றிற்கும் ஆதாரமாக இருக்கும் இறைசக்தி. கோவில் கர்ப்பகிருகத்தின் காயத்ரி சிலையில் வேதமாதா மந்திர ஸ்வரூபிணி, ஸ்ரீ பஞ்சமுக காயத்ரி தேவி என்று நாமம் கொண்டு இறை சக்தியை ஸ்ரீ காயத்ரி மந்திரசக்தியாக வியாபித்து வேண்டுபவர்களுக்கு வேண்டியதை நல்கும் முகமாக அழகுற அமர்ந்திருக்கிறாள்.

ஸ்ரீ சக்கரம்

பிந்து
8 தள பத்மம்
42 கோணங்கள்
பூபுரம்
16 தள பத்மம்

ஸ்ரீ சக்கர வடிவமைப்பில் தாமரை கோவில்

பூபுர சுற்று பிரகாரம்

வ்ருத்தத்ரைய தண்ணீர் அகழி

16 தள பத்ம தியான மகா மண்டபம்

ஸ்ரீ சக்கர வடிவ தாமரை கோவில்

பிரதான வாயிற்கதவில் மாத்ருகா தேவிகள்

பதினாறு தள பத்ம தியான மண்டபம்

16 தளம் தியான பீடங்கள்

8 தள பத்ம அர்த்த மண்டபத்தில் சப்த காயத்ரிகள்

ருத்ர காயத்ரி

விஷ்ணு காயத்ரி

ராம காயத்ரி

பிரம்ம காயத்ரி

கிருஷ்ண காயத்ரி

கணபதி காயத்ரி

வெங்கடேச காயத்ரி

ஸ்ரீ பஞ்சமுக காயத்ரி தேவி

பால விநாயகர்

பால முருகர்

ஸ்ரீ சக்கர வடிவ தாமரை கோவில்

மகாலட்சுமி குபேர சன்னதியும் யாகசாலையும்

மகாலட்சுமி குபேரர் சன்னதி

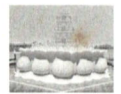

ஈசான திசைக்கு அதிபதியான மகாலட்சுமி, தாமரை கோவிலின் வடகிழக்கு திசையில் தம்பதி சமேத குபேரர், சங்கநிதி, பதுமநிதி இவர்களுடன் தனி சன்னதியில் குடிகொண்டுள்ளார். கோவில் சுற்றுப் பிரகாரத்தில் காமதேனுவும், கற்பக வ்ருக்ஷமும், ஐஸ்வர்ய குதிரையும் அழகாக அமைந்திருக்கிறார்கள். அர்த்த மண்டபம் அதை அடுத்து கர்ப்பகிருகம் அதில் உயர்ந்த தாமரை பீடத்தில் நான்கு கரங்களுடன் மகாலட்சுமி அமர்ந்திருக்க அவருக்கு கீழ் குபேரர் தன் மனைவி ரித்தியுன் அமர்ந்திருக்கிறார். அவருக்கு கீழ் சங்க நிதியும், பதும நிதியும் இருபுறம் நிற்க கீழே நவநிதிகளும் நிறைந்து தங்கமாய் தகதகக்கிறது.

யாக சாலை

தாமரை கோவில் முன்புறம் விசாலமான யாக சாலை கோவிலுக்கு அழகு கூட்டுகிறது.

தரிசன முறை

ஸ்ரீ சக்கர வடிவ தாமரை திருகோவிலின் பூபுர வெளி பிரகாரம் சுற்றி வந்து அகழி ஜலத்தை தரிசித்து, பதினாறு தாமரை இதழ் மகா மண்டபத்தில் தியானம் முடித்து, அர்த்த மண்டபத்தின் சப்த காயத்ரிகளை உள்முகமாக தரிசித்து, பாலவிநாயகர், பாலமுருகர் போல் குழந்தையாகி கர்ப்பகிருகத்தில் விஸ்வ குருவாய்

குடிகொண்டிருக்கும் அன்னையிடம் சரணடைந்து அவள் பாதத்திலிருக்கும் அணையா **நந்தா தீபத்தைத்** தொழ, ஸ்ரீ சக்கர ராஜ யந்திரத்தின் ஊடே புகுந்து ஆதார சக்தியிடம் ஐக்கியமாகும் ஆனந்த முக்தி நிலை ஏற்படும்.

மனதில் ஆனந்த நிலையோடு வெளிவர காமதேனுவும், கற்பக விருக்ஷமும் காட்சியளிக்க, வடகிழக்கு சென்று தலை தூக்கி நோக்க இரு கோபுர தரிசனம் ஒருசேரக் கிடைக்கிறது. பின் ஐஸ்வர்ய குதிரையின் அழகைக் கண்டு அர்த்த மண்டபம் கடந்து கர்ப்ப கிருகத்தில் மகாலஷ்மியோடு குபேர தரிசனமும் கிடைக்கிறது.

அர்ச்சனை முடித்து பிரசாதமாய் அர்ச்சனை செய்த லக்ஷ்மி குபேர பதக்கம், ரூபாய் நாணயங்கள் பெற்று, தாம்பூலம், பழம் இவற்றோடு ஒற்றை ரூபாய் நாணயம் வைத்து, கோவிலுக்கு வந்த நால்வருக்கு தானம் தந்து அமர்ந்து, பின் மகாலக்ஷ்மியின் பிரசாதத்தை சுவைக்க உடலுக்கு பலமும், மனதிற்கு மகிழ்வும், வாழ்க்கைக்கு புண்ணியமும், முக்திக்கு ஞானமும் ஒருங்கே அமைந்த ஆத்ம நிறைவு ஏற்படுகிறது.

கோவில் பூஜைகள் விவரம்

* ஸ்ரீ பஞ்சமுக காயத்ரி தேவிக்கு மூன்று கால நித்ய பூஜைகள், அஷ்டோத்திரம், சஹஸ்ரநாமம், குங்கும அர்ச்சனை நடைபெறும்.

* மகாலட்சுமி, குபேருக்கு மூன்று கால நித்ய பூஜைகள், அஷ்டோத்திரம், சஹஸ்ரநாமம், குங்கும, தங்க தாமரை அர்ச்சனைகள் மற்றும் கட்டளைதாரர் வேண்டுதல் பூஜைகளும் அன்றாடம் நடைபெறும்.

விசேஷ பூஜைகள், ஹோமங்கள்		
மாதம்	விஷேச நாட்கள்	பூஜை / ஹோமம்
பிரதி மாதம்	பௌர்ணமி	மூலவர் காயத்ரிக்கு சகல திரவிய அபிஷேக ஆராதனை
பிரதி மாதம்	அமாவாசை	மூலவர் மகாலட்சுமி, குபேருக்கு சகல திரவிய அபிஷேக ஆராதனை
ஏப்ரல்	தமிழ் வருட பிறப்பு	மகாலட்சுமி குபேர பூஜை

மே	அட்சய திருதீயை	மகாலட்சுமி குபேர ஸ்வர்ண புஷ்பாபிஷேகம்
ஆகஸ்ட்	ஆடி அமாவாசை	ப்ரித்யங்கிரா ஹோமம்
ஆகஸ்ட்	காயத்ரி ஜபம்	காயத்ரி ஜப ஹோமம்
ஆகஸ்ட்	மஹா சங்கடஹர சதுர்த்தி	உச்சிஷ்ட கணபதி ஹோமம்
செப்டம்பர்	மாஹாளய அமாவாசை	மகாலட்சுமி குபேர ஹோமம், பூஜை
டிசம்பர்	திருகார்த்திகை	ஸ்ரீ சோடசி பூஜை
ஜனவரி	தை பூசம்	பலமுருகர் ஹோமம்

விசேஷ பூஜைகள், ஹோமங்கள் கட்டளைதாரராக விருப்பமுள்ளவர்கள் தொடர்பு கொள்ள வேண்டிய தொலைபேசி எண்கள் 98655 37039 , 73733 68768.

காயத்ரி மந்திரங்களும் பலன்களும்

இந்துக்கள் வழிபடும் தெய்வங்கள் அனேகம். உபாசனா தெய்வங்கள் பல்வேறு வடிவிலிருந்தாலும் அத்தெய்வங்களின் உயிராய் இருப்பது அதற்குரிய காயத்ரி மந்திரங்கள். தாமரை திருக்கோவிலில் எழுந்தருளி-யிருக்கும் தெய்வங்களின் காயத்ரி மந்திரங்களும் அவற்றின் பலன்களும் இங்கு கொடுக்கப்பட்டுள்ளது.

ஸ்ரீ காயத்ரிதேவியே மூலவராக கொலுவீற்று இருக்கும் இக்கோவிலிலிருந்து காயத்ரி மந்திரங்களும், பலன்களும் புத்தகம் மக்கள் கைவசம் சென்று சேர்வது ஒரு மிக பெரிய வரப்ரசாதமாகும். அனைவரும் காயத்ரி மந்திரங்களை ஜபித்து அனைத்து வளங்களும் பெற்ற வேண்டும்.

அஷ்ட மாதாக்கள் காயத்ரி மந்திரங்கள், பலன்கள்

எட்டு திசைகளை காக்கும் மாத்ருகா தேவிகள் என்றும் அஷ்ட மாதாக்கள் என்றும் பெயர் கொண்ட இவர்கள் கோவில் பிராதான வாயிற்கதவில் எழுந்தருளி இருக்கிறார்கள்.

ஸ்ரீ ப்ராஹ்மி காயத்ரி

ஓம் ஹம்ஸத்வஜாயை வித்மஹே கூர்ச்ச ஹஸ்தாயை தீமஹி
தந்நோ பிராம்மீ ப்ரசோதயாத்

பலன்: நல்ல துவக்கத்திற்கு உதவுபவள்

ஸ்ரீ மாஹேஸ்வரி காயத்ரி

ஓம் வ்ருஷத்வஜாய வித்மஹே ம்ருக ஹஸ்தாய தீமஹி
தந்நோ ரௌத்ரி ப்ரசோதயாத்

பலன்: பிராண சக்தியாய் இருப்பவள்

ஸ்ரீ கௌமாரி காயத்ரி

ஓம் சிகித்வஜாய வித்மஹே வஜ்ர சக்தி ஹஸ்தாயை தீமஹி
தந்நோ கௌமாரி ப்ரசோதயாத்

பலன்: விருத்தி செய்பவள்

ஸ்ரீ வைஷ்ணவி காயத்ரி

ஓம் தார்க்ஷயத்வஜாய வித்மஹே சக்ரஹஸ்தாய தீமஹி

தந்நோ வைஷ்ணவி ப்ரசோதயாத்

பலன்: அழகாக உருவாக்குபவள்

ஸ்ரீ வாராஹி காயத்ரி

ஓம் மகிஷ்த்வஜாய வித்மஹே தண்ட ஹஸ்தாய தீமஹி
தந்நோ வாராஹி ப்ரசோதயாத்

பலன்: சந்தோசம் அனுபவிக்கச் செய்பவள்

ஸ்ரீ இந்த்ராணி காயத்ரி

ஓம் கஜத்வஜாய வித்மஹே வஜ்ராஹ ஸ்தாய தீமஹி

தந்நோ இந்திராணி ப்ரசோதயாத்

பலன்: எதிரியை வெல்லுபவள்

ஸ்ரீ சாமுண்டி காயத்ரி

ஓம் பிசாசத்வஜாய வித்மஹே சூலஹஸ்தாய தீமஹி
தந்நோ காளி ப்ரசோதயாத்

பலன்: பைசாசங்களை வெல்லுபவள்

ஸ்ரீ மகாலட்சுமி காயத்ரி

ஓம் அமிர்தவாசினி வித்மஹே பத்மலோசினி தீமஹி
தந்நோ லக்ஷ்மி ப்ரசோதயாத்

பலன்: சௌபாக்கியங்களை நல்குபவள்

திதி நித்யா காயத்ரி மந்திரங்கள், பலன்கள்

தாமரை திருக்கோவிலின் பதினாறு தாமரை இதழ்களில் திதி நித்யாக்கள் நிறைந்து இருக்கிறார்கள். அமாவாசை துவங்கி பௌர்ணமி வரை பதினைந்து நாட்கள் பதினைந்து திதி நித்யா தேவிகளுக்கு உகந்தது. பதினாறாவது பூரணமான ஸ்ரீ காயத்ரி தேவி ஆகும்.

காமேஸ்வரி காயத்ரி

ஓம்காமேஸ்வரியைவித்மஹேநித்யக்லின்னாயைதீமஹி
தந்நோ நித்யா ப்ரசோதயாத்

பலன்: மகிழ்ச்சி உண்டாகும்

பகமாலினி காயத்ரி

ஓம் பகமாலின்யை வித்மஹே சர்வ வசங்கர்யை தீமஹி
தந்நோ நித்யா ப்ரசோதயாத்

பலன்: குழந்தை பேறு கிட்டும்

நித்யக்லின்னா காயத்ரி

ஓம் நித்யக்லின்னாயை வித்மஹே நித்ய மதத்வராயை தீமஹி தந்நோ நித்யா ப்ரசோதயாத்

பலன்: தம்பதியர் ஒற்றுமை

பேருண்டா காயத்ரி

ஓம் பேருண்டாயை வித்மஹே விஷஹராயை தீமஹி தந்நோ நித்யா ப்ரசோதயாத்

பலன்: விஷம் நீங்கும்

வஹ்நிவாஸிநி காயத்ரி

ஓம் வஹ்நிவாஸின்யை வித்மஹே சித்திப்பரதாயை தீமஹி தந்நோ நித்யா ப்ரசோதயாத்

பலன்: நோய் அகலும்

வஜ்ரேஸ்வரி காயத்ரி

ஓம் மகாவஜ்ரேச்வர்யை வித்மஹே வஜ்ராவித்யாயை தீமஹி தந்நோ நித்யா ப்ரசோதயாத்

பலன்: துக்கம் விலகும்

சிவதூதி காயத்ரி

ஓம் சிவதூதியை வித்மஹே சிவங்கர்யை தீமஹி தந்நோ நித்யா ப்ரசோதயாத்

பலன்: அதர்மம் அழியும்

த்வரிதா காயத்ரி

ஓம் த்வரிதாயை வித்மஹே மகாநித்யாயை தீமஹி தந்நோ தேவி ப்ரசோதயாத்

பலன்: லக்ஷ்மி கடாக்ஷம்

குலசுந்தரீ காயத்ரி

ஓம் குலசுந்தர்யை வித்மஹேகாமேஸ்வர்யை தீமஹி
தந்நோ சக்தி ப்ரசோதயாத்

பலன்: வாக்கு பலிக்கும்

நித்யா காயத்ரி

ஓம் நித்யா பைரவ்யை வித்மஹே நித்யா நித்யாயை தீமஹி
தந்நோ யோகினி பிரயோதயாத்

பலன்: வலிமை பெருகும்

நீலபதாகா காயத்ரி

ஓம் நீலபதாகாயை வித்மஹே மஹா நித்யாயை தீமஹி
தந்நோ தேவி ப்ரசோதயாத்

பலன்: வெற்றி கிட்டும்

விஜயா காயத்ரி

ஓம் விஜயா தேவ்யை விதமஹி மகா நித்யாயை தீமஹி
தந்நோ தேவி ப்ரசோதயாத்

பலன்: ஞானம் பிரகாசிக்கும்

சர்வமங்களா காயத்ரி

ஓம் சர்வமங்களாயை வித்மஹே சந்திராத்மிகாயை தீமஹி
தந்நோ நித்யா ப்ரசோதயாத்
பலன்: சர்வ மங்களம் உண்டாகும்

ஜ்வாலமாலினி காயத்ரி

ஓம் ஜ்வாலமாலின்யை வித்மஹே மகாஜ்வாலாயை தீமஹி
தந்நோ தேவி ப்ரசோதயாத்

பலன்: பகைவர் அழிவர்

சித்ரா காயத்ரி

ஓம் விசித்ராயை வித்மஹே மகாநித்யாயை தீமஹி
தந்நோ தேவி ப்ரசோதயாத்

பலன்: பெரும் சம்பத்து உண்டாகும்.

சப்த காயத்ரி மந்திரங்கள், பலன்கள்

கணேச காயத்ரி

ஓம் ஏகதந்தய வித்மஹே வக்ரதுண்டாய தீமஹி
தந்நோ தந்தி ப்ரசோதயாத்

பலன்: ஞானம் நல்குபவர்

பிரம்ம காயத்ரி

ஓம் வேதாத்மனாஹாய வித்மஹே ஹிரண்ய கர்ப்பாயா தீமஹி
தந்நோ பிரம்ம ப்ரசோதயாத்

பலன்: உற்பத்தி செய்யும் அறிவை வழங்குபவர்

நாராயண காயத்ரி

ஓம் நாராயணாய வித்மஹே வாசுதேவாய தீமஹி
தந்நோ விஷ்ணு ப்ரசோதயாத்

பலன்: வாழ்க்கையை காத்து ரட்சிப்பவர்

ருத்ர காயத்ரி

ஓம் தத்புருஷாய வித்மஹே மகாதேவாய தீமஹி
தந்நோ ருத்ர ப்ரசோதயாத்

பலன்: தீமைகளை அழித்துக் காப்பவர்

ராம காயத்ரி

ஓம் தசரதாய வித்மஹே ஜானகிவல்லபாய தீமஹி
தந்நோ ராம ப்ரசோதயாத்

பலன்: நியாய தர்மங்களை போதிப்பவர்

கிருஷ்ண காயத்ரி

ஓம் வாசுதேவாய வித்மஹே ருக்மணி வல்லபாய தீமஹி
தந்நோ கிருஷ்ண ப்ரசோதயாத்

பலன்: ஆனந்தமாக வாழ வழி காட்டுபவர்

வெங்கடேச காயத்ரி

ஓம் வேங்கடேசாய வித்மஹே ஸ்ரீமன்நாதாய தீமஹி
தந்நோ ஸ்ரீனிவாச ப்ரசோதயாத்

பலன்: வாழ்க்கையின் வளங்களை தருபவர்

பால கணபதி, பால முருகர் காயத்ரிகள், பலன்கள்

பாலகணபதி காயத்ரி

ஓம் தத்புருஷாய வித்மஹே சக்தியுதாய தீமஹி
தந்நோ தந்தி ப்ரசோதயாத்

பலன்: விரும்புவதை பெற சக்தி அளிப்பவர்

பாலமுருகர் காயத்ரி

ஓம் தத்புருஷாய வித்மஹே மகாசேனாயச தீமஹி
தந்நோ ஷண்முக ப்ரசோதயாத்

பலன்: விவேகத்தோடு வெற்றி பெறச் செய்பவர்

ஸ்ரீ பஞ்சமுக காயத்ரிதேவி காயத்ரி மந்திரம், பலன்

தாமரை கோவிலின் மூலவர் ஸ்ரீ பஞ்சமுக காயத்ரி தேவி. இவர் மந்திரம் பரிபூரணமானது அதனால் இவர் மந்திரம் "சம்பூர்ண காயத்ரி" என்று அழைக்கப்படுகிறது.

சம்பூரண காயத்ரி

ஓம் பூர்புவசுவ: தத்சவிதுர்வரேண்யம்
பர்கோ தேவஸ்ய தீமஹி தியோ யோந: ப்ரசோதயாத்

பலன்: சௌபாக்கியத்தையும், மோக்ஷத்தையும் தருபவள்

மகாலட்சுமி, குபேரர் காயத்ரி மந்திரங்கள், பலன்கள்

ஐஸ்வர்யத்தை அளிப்பவர் மகாலஷ்மி செல்வத்தை அளிப்பவர் குபேரர் இருவரும் ஒருங்கே தாமரை கோவிலில் இருப்பது விசேஷம்.

மகாலட்சுமி காயத்ரி

ஓம் அமிர்தவாசினி வித்மஹே பத்மலோசனி தீமஹி
தந்நோ லக்ஷ்மி ப்ரசோதயாத்

பலன்: சௌபாக்கியத்தை அளிப்பவள்

குபேர காயத்ரி

ஓம் யக்ஷராஜாய வித்மஹே வைஸ்ரவணாய தீமஹி
தந்நோ குபேர ப்ரசோதயாத்

பலன்: செல்வம் கொடுத்து காப்பவர்

காமதேனு காயத்ரி

மனதில் நினைப்பதை சாத்தித்து கொடுப்பது காமதேனு பசு. இவர் உடலில் எல்லா தெய்வங்களும் வாசம் செய்கிறார்கள்.

ஓம் சுபகாயை வித்மஹே காமதாத்ர்யை ச தீமஹி
தந்நோ தேனு: ப்ரசோதயாத்

பலன்: விரும்புவதை தருபவள்

அஷ்டலக்ஷ்மி காயத்ரி மந்திரங்கள், பலன்கள்

மகாலட்சுமி சன்னதி கோபுரத்தில் அஷ்ட லக்ஷ்மிகளும் அலங்கரிக்கிறனர். அவர்கள் வேண்டும் மக்கள் தேவையறிந்து அதை நிறைவேற்றுபவர்கள்.

ஆதிலட்சுமி காயத்ரி

ஓம் மகாதேவ்யை ச வித்மஹே மகாசக்தியை ச தீமஹி
தந்நோ ஆதிலட்சுமி ப்ரசோதயாத்

பலன்: அஷ்ட லக்ஷ்மிகளின் பலன்கள் அனைத்தும் கொண்டவள்

தனலட்சுமி காயத்ரி

ஓம் புஷ்டிரூப்யை ச வித்மஹே ஸ்வர்ண தேவ்யை தீமஹி
தந்நோ தன ப்ரசோதயாத்

பலன்: பொருட் செல்வம் தருபவள்

தான்ய லட்சுமி காயத்ரி

ஓம் குஷ்தரூபாய வித்மஹே தான்ய வாசாயை தீமஹி
தந்நோ தேவி ப்ரசோதயாத்

பலன்: தானியங்களை பெருக்குபவள்

வீர லட்சுமி காயத்ரி

ஓம் த்ருதி ரூப்யை வித்மஹே சூலஹஸ்தாய தீமஹி
தந்நோ வீரலட்சுமி ப்ரசோதயாத்

பலன்: வீரத்தை நல்குபவள்

நூல் ஆசிரியர் பற்றி

ஸ்ரீ ஜெயக்குமாரி அம்மா கோவை நகரில் பிறந்து திருப்பூரில் வாழ்க்கைப்பட்டவர். இவரது பதிமூன்று வயதில் இவருக்கு கோவை நகரத்திற்கு அருகிலிருக்கும் பேரூர் பட்டீஸ்வரர் கோவிலில் ஒளிரூபமாக தெய்வம் இவரிடம் ஐக்கியமானது, தியானம் சித்தியானது. அதன்பிறகு இவருக்கு ஆன்மீகத்தில் நாட்டம் ஏற்பட்டது. பல காலம் உண்மை ஆன்மிகம் நாடி பல மடங்களின் படிகளில் ஏறி இறங்கினார். எங்கும் அவர் மனம் சாந்தி அடையவில்லை. அவர் தேடுதல் தொடர்ந்துகொண்டே இருந்தது.

கோவில்களில் ஜபம், ஹோமங்களில் கலந்து கொள்ளும்போது பூஜையின் போது நடப்பதும், தெய்வங்களை ஆவாகனம் செய்யும்போது அவர்கள் வருவதும் கோபப்படுவதும், மகிழ்வதும், இவருக்கு சூட்சமமாக தெரிய ஆரம்பித்தது. மந்திரங்கள் இவருக்கு தெரியாதென்றாலும் பூஜை செய்பவர்கள் முறையாக செய்கிறார்களா இல்லை தவறுகிறார்களா என்பதும் இவரால் அறிந்து கொள்ளமுடிந்தது. அங்கு பரவி இருக்கும் சூட்சும சக்திகளின் உணர்வுகளையும் உணர முடிந்தது. இசை கச்சேரிகளில் தெய்வ பாடல்களை ஆத்மார்த்தமாக ஒருவர் பாடினால் சூசமமான தெய்வ சக்திகள் அதை கேட்டு மகிழ்வதையும் கண்டிருக்கிறார்.

எல்லோரும் எல்லாமும் பெற்று இன்புற இறையன்னை ஸ்ரீ பஞ்சமுக காயத்ரி தேவி உடனிருந்து உள்ளுறைவாள்.

ஓம் சாந்தி ! சாந்தி ! சாந்தி !

மந்திர ஜபம் செய்யும் வழிமுறை

மந்திர ஜபம் செய்து பலன் பெற விரும்பும் அன்பர்கள் சில எளிய வழிமுறைகளை பின்பற்றி பூரண பலன் அடையலாம்.

காலை, மாலை ஜபத்திற்கு ஏற்ற வேளையாகும். உடல் சுத்தம், மனசுத்தம் அவசியம்.

மனதிற்குள் ஜபம் செய்யவும்.

முதலில் கணபதி காயத்ரியை ஜபம் செய்ய வேண்டும்.

பின்பு சம்பூர்ண காயத்ரியை ஜபிக்க வேண்டும்.

அதன் பிறகு உங்களுடைய தேவைக்கு ஏற்ப பலன் கொடுக்கும் காயத்ரி மந்திரங்களை தேர்ந்தெடுத்து ஜபிக்க வேண்டும்.

மந்திரங்கள் எண்ணிக்கை ஒன்பது, பதினெட்டு, இருபத்திஏழு என்று கூட்டு தொகை ஒன்பதாக இருக்குமாறு ஜபம் செய்வது சிறந்த பலன்களை கொடுக்கவல்லது.

மிகுந்த பலன்கள் அடைய அமாவாசை தொடங்கி பௌர்ணமி வரை பதினைந்து நாட்கள் ஒவ்வொரு நாளும் தாமரை திருக்கோவில் தியான மண்டபத்தின் ஒவ்வொரு தியான இதழில் அமர்ந்து ஸ்ரீ பஞ்சமுக காயத்ரியை மனதில் தியானிக்க திதி நித்யா தேவிகள் நீங்கள் வேண்டிய அனைத்தும் நிறைவேற்றித் தருவார்கள்.

எழுத்தறிவு இல்லாதவர்களும் காயத்ரி மந்திர பலன் அடைய கோவில் தியான மண்டபத்தில் அமர்ந்து தேவையானதை ஸ்ரீ பஞ்சமுக தேவியிடம் வேண்ட அந்த கோரிக்கை நிறைவேறும்.

விஜய லட்சுமி காயத்ரி

ஓம் புத்தி ரூப்யை வித்மஹே கலா ரூப்யை ச தீமஹி
தந்நோவித்யா ப்ரசோதயாத்

பலன்: வெற்றியை தருபவள்

சந்தான லக்ஷ்மி காயத்ரி

ஓம் மாத்ரு ரூப்யை ச வித்மஹே பால ஹஸ்தாய தீமஹி
தந்நோ சந்தானலட்சுமி ப்ரசோதயாத்

பலன்: புத்திர பாக்கியம் அருளுபவள்

வித்யா லட்சுமி காயத்ரி

ஓம் வாக்தேவ்யை வித்மஹே காமராஜாய தீமஹி
தந்நோ தேவி ப்ரசோதயாத்

பலன்: கல்வியை தருபவள்

கஜ லட்சுமி காயத்ரி

ஓம் கஜபீடாய ச வித்மஹே கமலவாசின்யை தீமஹி
தந்நோ லக்ஷ்மி ப்ரசோதயாத்

பலன்: பெருமையை தருபவள்

***

லௌகீகத்தில் சுயமாக ஒரு பள்ளி நிர்வகித்து அதை நடத்திக்கொண்டிருந்தார். 2000 மாவது ஆண்டு முதல் மந்திர வாழ்க்கைக்குள் அவர் நுழைந்தவுடன் லௌகீக தொழிலில் இவரிடமிருந்து மெதுவாக விலகத்துவங்கியது. அதன்பிறகு ஸ்ரீ காயத்ரி யோகாஷ்ரம் என்ற பெயரில் ஒரு ஆன்மீக சேவை இயக்கத்தை அமைத்து மக்களுக்கு தீட்சை கொடுத்து அவர்கள் இன்னல்களை போக்கத் துவங்கினார்.

இவர் மந்திர பயிற்சிக்குள் நுழைந்த பிறகு இவருக்கு மனிதர்கள் கர்மவினைகளும் அதை நிவர்த்தி செய்யும் மார்கமும் புரிபட ஆரம்பித்தது. அதை முறையான பயிற்சிகளாக்கி மக்களுக்கு கொடுத்து வருகிறார். எல்லா மதத்தவருக்கும் எல்லா வயதினருக்கும் ஏற்ற வகையில் ஆன்மீகத்தை எளிய பல கலைகளாக்கி கற்றுக் கொடுத்தும், அவைகளை புத்தக வடிவில் உருவாக்கி வெளியிட்டும் வருகிறார். ஆயிரக்கணக்கான மக்கள் இவரிடம் தீட்சை பெற்று நன்மை அடைந்து வருகின்றனர்.

ஸ்ரீ காயத்ரி தேவியின் உத்தரவுபடி, திருப்பூர் நகரில் தாமரை வடிவில் ஸ்ரீ காயத்ரி தேவிக்கு கோவில் எழுப்பியுள்ளார்.

ஆன்மீகத்தில் இவருக்கு கிடைத்த அனுபவங்களை எல்லாம் திரட்டி புத்தகங்கள் எழுதி வெளியிட்டு வருகிறார்.

இவர் எழுதிய புத்தகங்களில் **ஸ்ரீ வித்யை புத்தகம்** ஒன்றுபோதும் மனிதன் மேடேற. அதற்குள் மனித வாழ்க்கைக்குத் தேவையான எல்லாம் இருக்கிறது. இல்லறம் நல்லறம் ஆக்கும் வழிமுறையும், நல்ல தலைமுறையை உருவாகும் ஞானமும், முக்திக்கு வழியும் தன்னுள்ளே கொண்ட அந்த புத்தகம் கண்டிப்பாக அனைவரின் வீட்டிலும் இருக்க வேண்டிய ஒன்று.

நூல் ஆசிரியர் பற்றி

சக்கர யோகம் புத்தகம் இறையருளால் இவருக்கு கிடைத்த மந்திரப் பொக்கிஷம். இந்த புத்தகத்தில் ஞானிகள் அளித்த அபரிமிதமான சக்தி கொண்ட மந்திரங்கள் மனிதனின் நோய், வறுமை, கர்மவினையினால் ஏற்படும் திருமண தடங்கல், புத்திரபேறு இன்மை, பொருளின்மை, துக்கம் போன்றவற்றை விலக்கி எல்லா ஐஸ்வர்யத்தையும் அளிக்கும் சக்தியுள்ளது. சக்ரயோகப் பயிற்சியை செய்பவர்கள் எல்லா வளங்களும் பெறுகிறார்கள் என்பது அதை பயன் படுத்தும் ஆயிரக்கணக்கான மக்களின் அறுதிட்ட கூற்று. **சக்ர யோகப் புத்தகத்தை பெற்று பயன் பெறுக. இது மந்திர வார்த்தை.**

மந்திர தந்திரத்தில் ஈடுபாடு இல்லாதவர்களுக்கு **விதியோடு விளையாடு** புத்தகத்திலிருக்கும் கால சூத்திரம் கண்டிப்பாக படிப்பவர் விதியை மாற்றும் வல்லமை கொண்டது. இடம் பொருள் காலம் எவ்வாறு மனிதனை விதிக்குள் சிக்க வைக்கிறது என்று தெரிந்து கொண்டு சூத்திரத்தை பயன்படுத்தி அதிலிருந்து வெளிவரும் மார்க்கம் அறியலாம்.

அனுபவ ஞானம் பாகம் - 1 புத்தகம் படித்தால்போதும் இவர் பணி எங்கெல்லாம் சூட்சமமாக நடந்திருக்கிறது என்பது தெரிய வரும். இதில் விளக்கப்பட்டிருக்கும் உண்மை ஞானம் எங்கும் கிடைக்காத ஒன்றாகும். கலியுகத்தில் ஆத்மஞானமே மக்களை மேடேற்றும் என்ற ஸ்ருதி வாக்கியத்தை மெய்ப்படுத்தும் இவரின் ஞான விளக்கங்களை கேட்பவர்களுக்கு மோட்சபுரிக்கு வழி எளிதாகத் தெரிகின்றது.

ஆனந்தமாக இருந்து ஆனந்தத்திற்கு வாழிகாட்டும் **ஆத்ம ஞான அம்மா** இவர்கள். அதனால்தான் ஆத்ம ஞான ஸ்வரூபிணியான ஸ்ரீ காயத்ரி தேவி தான் குடிகொள்ள இவரை நாடினார்களோ!

நூல் ஆசிரியர் பற்றி

சத்ய யுக மாற்றத் தேவைக்காக தான் வந்ததாக அம்மா அடிக்கடி கூறுவார்கள். கலியுக கொடுமையிலிருந்து தன்னை காத்துக்கொள்ள விரும்புபவர் இவரை நாடுவது சாலச் சிறந்தது.

தாமரை திருக்கோவில்,
சர்க்கார் பெரியபாளையம்,
ஊத்துக்குளி வீதி,
திருப்பூர் – 641607
தமிழ்நாடு, இந்தியா
போன்: 98655 37039
E mail id: shrigayatritemple@gmail.com